எதையும் ஒரு முறை

கிழக்கு பதிப்பக வெளியீடுகளாக சுஜாதாவின் புத்தகங்கள்

மீண்டும் ஜீனோ
நிறமற்ற வானவில்
நில்லுங்கள் ராஜாவே
தீண்டும் இன்பம்
ஆஸ்டின் இல்லம்
அனிதாவின் காதல்கள்
நைலான் கயிறு
24 ரூபாய் தீவு
அனிதா இளம் மனைவி
கொலை அரங்கம்
கமிஷனருக்கு கடிதம்
அப்ஸரா
பாரதி இருந்த வீடு
மெரீனா
ஆர்யபட்டா
என் இனிய இயந்திரா
காயத்ரி
ப்ரியா
தங்க முடிச்சு
எதையும் ஒருமுறை
ஊஞ்சல்
ஓரிரவில் ஒரு ரயிலில்
மீண்டும் ஒரு குற்றம்
விக்ரம்
நில், கவனி, தாக்கு!
வாய்மையே சில சமயம் வெல்லும்
ஆ..!
வசந்த காலக் குற்றங்கள்
சிவந்த கைகள்
ஒரே ஒரு துரோகம்
இன்னும் ஒரு பெண்
6961
ஜோதி
மாயா
ரோஜா
ஓடாதே
மேற்கே ஒரு குற்றம்
விபரீதக் கோட்பாடு
ஐந்தாவது அத்தியாயம்
மலை மாளிகை
விடிவதற்குள் வா
மூன்று நாள் சொர்க்கம்
பத்து செகண்ட் முத்தம்
கம்ப்யூட்டர் கிராமம்
இளமையில் கொல்
மேகத்தை துரத்தியவன்
ஒரு நடுப்பகல் மரணம்
நகரம்
இதன் பெயரும் கொலை
மண்மகன்
தப்பித்தால் தப்பில்லை
விழுந்த நட்சத்திரம்
முதல் நாடகம்
ஆட்டக்காரன்
ஜன்னல் மலர்
என்றாவது ஒரு நாள்
வைரங்கள்
மேலும் ஒரு குற்றம்
சொர்க்கத் தீவு
கனவுத் தொழிற்சாலை
ஆயிரத்தில் இருவர்
பதினாலு நாட்கள்
உள்ளம் துறந்தவன்
பிரிவோம் சந்திப்போம்
கரையெல்லாம் செண்பகப்பூ
இரண்டாவது காதல் கதை
நிர்வாண நகரம்
குருபிரசாதின் கடைசி தினம்
இருள் வரும் நேரம்
திசை கண்டேன் வான் கண்டேன்
ஆழ்வார்கள் - ஓர் எளிய அறிமுகம்
தேடாதே
விருப்பமில்லாத் திருப்பங்கள்
விரும்பிச் சொன்ன பொய்கள்
கை
ஆதலினால் காதல் செய்வீர்
நூற்றாண்டின் இறுதியில் சில சிந்தனைகள்
அப்பா, அன்புள்ள அப்பா
மிஸ். தமிழ்த்தாயே, நமஸ்காரம்!
சிறு சிறுகதைகள்
வாரம் ஒரு பாசுரம்
வானத்தில் ஒரு மௌனத்தாரகை
கடவுள் வந்திருந்தார்
அனுமதி
ஓலைப் பட்டாசு
சேகர், சிங்கமய்யங்கார் பேரன்
கம்ப்யூட்டரே ஒரு கதை சொல்லு
டாக்டர் நரேந்திரனின் வினோத வழக்கு
நிஜத்தைத் தேடி
பாதி ராஜ்யம்
சில வித்தியாசங்கள்

எதையும் ஒரு முறை
Eathaiyum Oru Murai
by Sujatha
Sujatha Rangarajan ©

First Edition: April 2010
136 Pages
Printed in India.

ISBN 978-81-8493-411-3
Title No: Kizhakku 471

Kizhakku Pathippagam
177/103, First Floor,
Ambal's Building, Lloyds Road
Royapettah, Chennai 600 014.
Ph: +91-44-4200-9603

Email : support@nhm.in
Website : www.nhm.in

Cover Image : Shutterstock ©

Backcover Image : Srihari

Kizhakku Pathippagam is an imprint of New Horizon Media Private Limited

This book is sold subject to the condition that it shall not, by way of trade or otherwise, be lent, resold, hired out, or otherwise circulated without the publisher's prior written consent in any form of binding or cover other than that in which it is published and without a similar condition including this the rights under copyright reserved above, no part of this publication may be reproduced, stored in or introduced into a retrieval system, or transmitted in any form or by any means (electronic, mechanical, photocopying, recording or otherwise), without the prior written permission of both the copyright owner and the above-mentioned publisher of this book.

எதையும் ஒரு முறை

சுஜாதா

கிழக்கு

❝ஷி இஸ் ஸோ யங்! ஸோ யங்! எதுக்காகச் செத்தாளோ? கையில ஏதோ நோம்புக் கயிறு மாதிரி தெரிஞ்சுது. மரத்தில இருந்து விழுந்த ஒரு பூ அவ மார்பிலே விழுந்திருந்தது. எத்தனை தலைமயிர்! மூக்கிலே சிவப்பா ஒரு கல்லு, கைகால் நகத்தில் க்யூட்டெக்ஸ் எல்லாம் தெரிஞ்சுது. ஓ மை காட்! எனக்கு படபடங்குது. எதுக்காகச் செத்தாளோ, யார் கொன்னாங்களோ! ❞

நான்கு நாட்களாக மழை பெய்து இன்றுதான் சூரியன். இன்னமும் வானத்தில் மழையின் ஆயத்தங்கள். மேகங்கள் கர்ப்பம் தரித்து இப்பவோ அப்பவோ என்று இருந்தன. காற்றில் குளிர் இருந்தது. சட்டக் கல்லூரியில் கணேஷ் கிரிமினாலஜி பற்றிய சொற்பொழிவை முடித்துவிட்டு எதிர்கால லாயர்களை நோக்கிச் சிரித்துவிட்டு 'எனி கொஸ்சன்ஸ்' என்றான். வஸந்த் முதல் வரிசையில் உட்கார்ந்திருந்த பெண்களை வியப்புடன் பார்த்துக் கொண்டிருந்தான். இவர்களா பிற்காலத்தில் வக்கீல்களாக வரப்போகிறார்கள்? இதோ லேசான ரோஜா போல இவள் என்னத்தை கோர்ட்டுக்கு வந்து வாதாடி, பழைய கழுகுகளைப் போன்ற லாயர்களை எதிர்த்துச் சமாளித்து... பார்த்தாலே பலமாக ஊதி னால் ஒடிந்து விழுந்து விடுவாள்போல் இருக் கிறாளே. அந்தப் பெண்தான் எழுந்து கணேஷை முதல் கேள்வி கேட்டாள்.

'மிஸ்டர் கணேஷ்! சீஸர் பெச்சாரியாவைப் பற்றிப் பேசினீர்கள். அவர் சித்தாந்தங்களைப் பற்றிச் சற்று விவரமாகச் சொல்ல முடியுமா?'

வஸந்த், 'இத பார்றா' என்று ஆச்சரியத்தில் ஆழ்ந்தான். அவள் குரல் தீர்மானமானதாக இருந்தது. ஒரு முறை வஸந்தைப் பெருமையாகப் பார்த்துத் தலையைத் திருப்பிக்கொண்டாள்.

'சீஸர் பெச்சாரியா ஒரு மகத்தான இத்தாலிய ஜூரிஸ்ட். 1764-ல் 'குற்றங்களும் தண்டனைகளும்' என்று ஒரு நூல் எழுதினார் பெச்சாரியாவை கிளாஸிக்கல் கிரிமனாலஜிஸ்ட் வகையில் சேர்க்கலாம். அவருடைய முக்கியமான சித்தாந்தங்கள் -

★ எல்லா சமூகச் செயல்களுக்கும் அடிப்படைச் சமூகத்தில் மிக அதிகபட்சமானவர்களுக்கு மிக அதிக சந்தோஷம் தரக்கூடிய தாக இருக்கவேண்டும்.

★ சமூகத்துக்கு தீங்கிழைப்பவை அனைத்தும் குற்றங்களே. ஒரு குற்றத்தின் தீவிரம் அது எவ்வளவு தூரம் சமூகத்துக்குத் தீங்கிழைக்கிறது என்பதைப் பொருத்தது.

★ குற்றங்களைத் தடுப்பது குற்றங்களைத் தண்டிப்பதைவிட முக்கியம்.'

'அப்ப, சமூகத்துக்கு தீங்கிழைச்சாத்தான் அதைக் குற்றம்னு சொல்றீங்களா?'

'அவர் சொல்றார்!'

'நீங்க என்ன சொல்றீங்க?'

'என்னைப் பொருத்தவரை ஒரு குற்றத்துக்கு உள் நோக்கம், இன்டென்ஷன், முக்கியம்னு நினைக்கிறேன்.'

'இன்டென்ஷன் இல்லாம ஒரு குற்றம் இருக்க முடியாதா?'

'இருக்கலாம். ஆனா அதைக் குற்றம்னு வகைப்படுத்த முடியாது. மனோ வியாதி, மனோதத்துவம் இந்த வகையில போயிடறது!'

பின் சீட்டில் ஒரு பட்டை ஃபிரேம் எழுந்து, 'மிஸ்டர் கணேஷ், சார்லி மான்ஸனைப் பற்றிக் கேள்விப்பட்டிருப்பீங்க.'

'கேள்விப்பட்டிருக்கேன்.'

'அந்த இளம் பெண்கள் எல்லாரும் பரிபூர்ண அன்னியர்களை ஒரு தயக்கமும் இல்லாமக் கொன்னாங்களே, அதற்கு என்ன இன்டென்ஷன்ங்கறீங்க?'

‘அதுக்குக் காரணம் அமெரிக்க வாழ்க்கையில் இருக்கிற பரபரப்பும் புதிய அனுபவத் தேடலும்தான்.’

மறுபடி அவள் விடாப்பிடியாக, ‘உள்நோக்கம் இருந்தாத்தான் குற்றம்ங்கிறது கொஞ்சம் அபாயகரமான அபிப்ராயம் இல்லையா?’

‘இல்லை. எந்தக் குற்றத்தை எடுத்துக்கிட்டாலும் அதைத் தீவிரமா, ஆழமா ஆராய்ந்தா இந்த உள்நோக்கம் தெரிஞ்சுரும்.’

‘இப்ப நானே உங்களை திடீர்னு கொல்றேன் அப்படின்னு வெச்சுக்குங்க. இந்த நிமிஷத்தில், இந்தக் கணத்தில்! இதுக்கு என்ன உள்நோக்கம் இருக்க முடியும்?’

‘உள்நோக்கம் இல்லாம ஒரு குற்றம் இருக்க முடியும்னு நிரூபிக்கிறதே உள்நோக்கமா இருக்கலாம்.’

இதைத் தொடர்ந்து லேசான சிரிப்பில் கூட்டத்தில் பலபேர் கேள்வி கேட்க எழுந்திருக்க தலைவர் குறுக்கிட்டு, ‘மன்னிக்கவும். மிஸ்டர் கணேஷ் ரொம்ப பிஸியான லாயர். அவரை ஏற்கெனவே நாம அதிக நேரம் பயன்படுத்திக்கிட்டோம். இப்ப நன்றி மொழிதல், மிஸ்டர் செல்வகுமார் இறுதியாண்டு.’

கணேஷ் ஹாலை விட்டு வெளியே வந்து கை கழுவிக்கொண்டு தன் காரை நோக்கி நடக்க சில மாணவர்கள் அவனைப் பின் தொடர, ‘சார், டாக்ஸ் லா பிராக்டிஸ் பண்ணா நிறைய காம்பெடிஷன் இருக்குமா சார்?’

வஸந்த் அந்தப் பெண் தன் சினேகிதிகளைச் சேர்த்துக்கொண்டு பெஞ்சை விட்டு வெளிவரக் காத்திருந்தான்.

‘ரொம்ப நல்லாக் கேள்வி கேட்டீங்க. கணேஷ் சொன்னதுக்கு ஆதாரம் இருக்கு. இன்டென்ஷன் மீட்ஸ் அஸ் அட் எவ்ரி ஸ்டெப்.’

‘சொன்னது ஆஸ்டின்!’

‘பரவாயில்லையே! கரைச்சுக் குடிச்சிருக்கீங்களே. என் பெயர் வஸந்த்.’

‘என்னை ஒரு டான்ஸில் பாத்திருப்பீங்களே?’

‘சேச்சே, உங்களை நான் பார்த்தது கிடையாது. பாத்திருந்தா தொழிலை விட்டிருப்பேன். இந்த மாதிரி வசீகரமான வக்கீலுக்கு எதிரே வஸந்துக்கு சான்ஸே கிடையாதுன்னு.’

‘மிஸ்டர் வஸந்த்! உங்களைப் பத்தி நிறையப் படிச்சாச்சு. எனக்கு கணேஷைப் பார்த்து கொஞ்ச நேரம் பேசணும்.’

‘தாராளமா, வாங்க அழைச்சிட்டுப் போறேன். உங்க பேர் என்ன? சொல்லலையே!’

‘நிருபமா.’

‘நினைச்சேன்.’

‘என்ன நினைச்சீங்கன்னு நான் கேக்கப் போறதில்லையே!’ என்று அந்தப் பெண் கண்ணாடி அணிந்துகொண்டாள்.

‘பாஸ்! திஸ் இஸ் நிருபமா. ஃபைனல் இயரா நீங்க?’

‘இல்லை, போஸ்ட் கிராஜுவேட்.’

‘ஹாய்! நல்லா கேட்டீங்க. உங்க கடைசிக் கேள்விக்கு கொஞ்சம் ஃப்ரிவலெஸ்ஸா பதில் சொல்லிட்டேன். ஸாரி.’

‘பரவாயில்லை. அந்த மாதிரி கேள்விக்கு கிரிமினாலஜியில் பதிலே கிடையாது.’

கணேஷும் வஸந்தும் ஃபியட் கார் அருகில் வந்துவிட அந்தப் பெண் தன் தலைமயிரைக் கோதிக்கொண்டு, ‘சார்! நான் உங்க கிட்ட ஜுனியரா ஒர்க் பண்ணலாமான்னு கேட்க நினைச்சேன். ஆனா மிஸ்டர் வஸந்தை சந்திச்சதும் அந்த எண்ணத்தை ஒத்திப் போட்டுட்டேன்.’

‘ஏய் வஸந்த்!’

‘ஒண்ணும் இல்லே பாஸ்! பேர் கேட்டேன். அதுக்குள்ளே என்னமோ...’

‘டோண்ட் மைண்ட் ஹிம். ஹி இஸ் ஹார்ம்லஸ். கொஞ்சம் கொஞ்சம் கண்ணு அலையும். ஆனா மனம் ரொம்ப ஸ்திரம்.’

‘சொல்லுங்க பாஸ், எவ்வளவு பேர் அவங்கவங்க தங்கைகளை எங்கிட்ட பஸ் ஸ்டாண்டு வரைக்கும் கொண்டுவிடுன்னு ஒப்படைச்சிருக்காங்கன்னு.’

‘அறுவை!’ என்றாள் நிருபமா.

‘மெக்ஸிகோ தேசத்து சலவைக்காரி ஜோக் சொன்னாத்தான் சிரிப்பீங்க போல?’

‘உங்களை சந்திச்சதுல எனக்கு ரொம்ப சந்தோஷம். வா வஸந்த்!’

வஸந்த் காரில் ஏறிக்கொள்ள, ‘நீங்க எந்தப் பக்கம் போறீங்க?’ என்றாள்.

‘நீங்க எந்தப் பக்கம் போறீங்களோ, அதுக்கு எதுத்த பக்கம்.’

‘வஸந்துக்குக் கோபம் போல இருக்கு.’

‘நான் மவுண்ட் ரோடு போறேன்’ என்றான் கணேஷ் சிரித்துக் கொண்டு.

‘என்னை ஸ்பென்சர்கிட்ட விட்டுடறீங்களா?’

‘வித் பிளெஷர்!’ என்றான் கணேஷ்.

‘தி ப்ளெஷர் இஸ் என்டயர்லி யுர்ஸ்!’ என்றான் வஸந்த்.

‘இந்த ஜோக்குக்கு ஏறக்குறைய சிரிக்கலாம் போல இருக்கு.’

‘வஸந்த்! யு ஹவ் மெட் யுர் மாட்ச்.’

‘இல்லை பாஸ். இன்னும் இல்லை’ என்றான்.

அவள் பின் சீட்டில் சுவாதீனமாக ஏறி உட்கார்ந்துகொண்டாள். ‘சுமா, நான் வரட்டுமா?’

‘பை நிரு.’

‘பை சுமா!’ என்றான் வஸந்த். கார் புறப்பட்டது.

அண்ணாமலை மன்றத்தைக் கடக்கும்போது வஸந்த் கண்ணாடியைக் கொஞ்சம் அட்ஜஸ்ட் செய்துகொண்டு அவளைப் பார்த்தான். மெல்லிய உதடுகள், அடிக்கடி தலையைக் கோதிக் கொண்டதால் நெற்றிப் பொட்டில் கை பட்டு அழிந்திருந்தது. தலையைச் சின்னதாகப் பின் புறத்தில் வெட்டி ஒரு ரப்பர் பாண்ட் சுற்றியிருந்தாள். தூரத்திலிருந்து பார்த்தால் பையனா பெண்ணா என்று சொல்ல முடியாது போலிருந்தது. சின்ன மார்பு, சட்டை பாண்ட். கையில் ஆண்களின் கடிகாரம். எச்.எம்.டி.

வஸந்த் சிகரெட்டைப் பற்ற வைத்துக்கொண்டு 'யூ ஸ்மோக்?' என்றான்.

'ஏ நோ!' என்றாள். அவள் கண்கள் அலைந்தன. காமராஜ் பாலத்தில் கூவம் நதியைக் கடக்கும்போது சாலையின் குறுக்கே பலர் ஓடிக்கொண்டிருந்தார்கள். காரை ஏறக்குறைய நிறுத்த வேண்டியதாயிற்று.

வஸந்த் வெளியே எட்டிப் பார்த்தான். எல்லாரும் ஆற்றின் கரைச் சரிவை நோக்கி ஓடிக்கொண்டிருந்தார்கள். ஒரு போலீஸ் ஜீப் நின்றுகொண்டிருந்தது.

வஸந்த் ஒருவனை நிறுத்தி, 'என்ன தலைவரே?' என்றான்.

'பொம்பளைங்க?'

'என்ன வயசு?'

'தெரியலீங்க. மழைத் தண்ணியில ஆறு ரொம்பி ஓடுதில்ல. ஓரத்தில் மொதக்குதாம்!'

அந்தப் பெண் சற்று பயந்து, 'என்னப்பா மொதக்குது?'

'செத்த பொணங்க!'

'அவ்வளவுதானே! பாஸ் போகலாம். நாளைக்கு தந்தி பேப்பர்லே திரும்பியும் மொதக்கும். பாத்துக்கலாம்.'

அந்தப் பெண் 'ஓ காட்!' என்றாள். 'இங்கிருந்து தெரிகிறது. கணேஷ், ப்ளீஸ் ஸ்டாப் தி கார்.'

'ஏன், எதுக்கு?'

'பார்க்கணும்.'

'இது என்ன விபரீத ஆசை? மொதவைன்னா கொஞ்சம் புஸூ புஸூன்னு இருக்கும். ராத்திரி சோறு வேண்டியிருக்காது!'

'ப்ளீஸ் ஸ்டாப்.'

'வஸந்த், வா பார்க்கலாம்.' கணேஷ் காரை டிராஃபிக் குழப்பத்தில் வலப் பக்கம் ஒடித்து நிறுத்தினான்.

'வெட்டி என்னமோ நித்திரைக்குக் கேடும்பாங்க. பாஸ்! ஆடிட்டர்கிட்ட ஆறு மணிக்கு வரதா சத்தியம் பண்ணிட்டு

வந்திருக்கோம். நமக்காக ஆபீஸ் திறந்து வெச்சுட்டு உக்காந் திருப்பாரு.'

இதற்குள் அந்தப் பெண் கதவைத் திறந்துகொண்டு இறங்கி வேகமாக அந்தக் கூட்டத்தை நோக்கி நடந்தாள். 'வா, வஸந்த்!'

மெல்ல அணுகினார்கள்.

நதி புதுவெள்ள ஆச்சரியத்தில் பழுப்பாகப் பிர(வ)வாகித்துக் கொண்டிருந்தது. எல்லாரும் சரிவில் நின்றுகொண்டிருந்தார்கள். சர்க்கார் முயற்சியான பூந்தோட்டங்கள் வாடி இருந்தன. பச்சைப் படகு ஒன்று தூரத்தில் அநாதையாக அசைந்துகொண்டிருந்தது. அந்தப் பெண் நின்றுகொண்டிருந்தவர்கள் சிலரை விலக்கி சரிவில் இறங்கி, போலீஸ்காரர்கள் அருகே சென்றாள்.

உடல் கரையோரமாக மிக மெதுவாகச் சுழன்றுகொண்டிருந்தது. நீட்டிக்கொண்டிருந்த கற்பாறை ஒன்று அதைத் தடுத்திருந்தது. இல்லையேல் எப்போதோ அது கடலை நோக்கிப் பிரயாணப் பட்டிருக்கும்.

பெண்தான்! பூப்போட்ட ஸாரி நீரில் விளையாடிக் கொண்டிருந் தது. தலைமயிர் விரிந்திருந்தது. நெற்றியில் பொட்டு இன்னும் பிடிவாதமாக அழியாமல் இருந்தது. மூக்கில் ஒரு கல் பளிச் சிட்டது. போலீஸ்காரர்கள் எதற்கோ காத்திருப்பதாகப் பட்டது.

'சின்னப் பொண்ணுடா!'

'உயிர் இருக்குமா அண்ணே?'

வஸந்த், 'உயிரா? போய் நாடி புடிச்சுப் பாருய்யா' என்றான். 'வாங்க பாஸ் போகலாம், வாங்க நிருபமா, பாத்தாச்சில்ல, போலாமா?'

'ஷி இஸ் ஸோ யங்' என்றாள். மிதப்பை கொட்டாமல் பார்த்துக் கொண்டே இன்னும் சரிவில் இறங்கி இன்னும் கிட்டத்தில் போய்ப் பார்த்தாள். போலீஸ்காரரும் அருகில் சென்று சரிவில் இறங்கி இன்னும் கிட்டத்தில் போய்ப் பார்த்தார்.

'எதுக்காக செத்துப் போயிட்டா இவ?' என்றாள். அந்தக் கேள்வியை கேட்கப்படாததைப் போல் அவர் அவளை ஊடுருவிப் பார்த்துவிட்டு ஜீப்பின் ரேடியோ கரகரப்பை நோக்கிச் சென்றார்.

‘ஆத்தில மிதந்து வந்திருக்குங்க. பக்கத்தில மைதானம். வீடு ஒண்ணும் கிடையாதுங்க.’

‘ஏதாவது சிந்தாதிரிப்பேட்டை கிராக்கியா இருக்குங்க.’

நிருபமா இன்னும் கிட்டே சென்றாள்.

‘நிருபமா போகலாமா?’

‘நிருபமா! நிருபமா!’

அவள் திரும்பித் திரும்பிப் பார்த்துக்கொண்டே வந்தாள்.

கணேஷ் சிந்தனையுடன் காருக்குத் திரும்பி வந்தான். வஸந்த் அவசரத்தில் இருந்தான். அவள்தான் தயங்கித் தயங்கி வந்து மௌனமாக ஏறிக்கொண்டாள்.

‘இட்ஸ் எ பிட்டி’ என்றான் கணேஷ்.

‘ஏன் கொயட் ஆயிட்டீங்க?’ என்றான் வஸந்த். நிருபமா கண்ணாடியைத் துடைத்துக்கொண்டு அணிந்துகொண்டாள்.

‘இதுக்குத்தான் அங்கங்கே ஸ்டிஃபைப் பார்த்தா ஒதுங்கிரணும். இப்படித்தான் அன்னிக்கு நாம்பாட்டுக்கு தேமேன்னு பஸ்ஸில போய்க்கிட்டு இருந்தேன். இடப் பக்கம் உக்காந்திட்டு இருக்கேன். திடீர்னு பஸ் மெல்லப் போவுது. எல்லாரும் வலப் பக்கம் ஜன்னல் வழியா எட்டிப் பார்க்கறாங்க. நான் சொல்லிக் கிட்டேன், ‘வஸந்த், வேண்டாம்! பாக்காத!’ இருந்தாலும் விதி யாரை விடறது? அந்தப் பக்கம் போய் எட்டிப் பார்த்தேன். பாஸ் சொல்லட்டுமா?’

கணேஷ் ‘வேண்டாம்!’ என்றான்.

‘சொல்றேன் பரவாயில்லை. சைக்கிள் கிடக்குது. பக்கத்தில் மிச்சர் பொட்டலம் இறைஞ்சு கிடக்குது. பை கிடக்குது. ஓர் ஆளு கிடக்கான். அவன் மேல லாரி ஏறிடுச்சி. தலை மேலே! தலைக்கு பதிலா ரத்தத்தால் காலிஃபிளவர் மாதிரி பசக்குனு ஒரு குதறல்!’

பின் சீட்டில் விசும்பல் ஒலி கேட்டது.

‘அட என்ன அழறீங்க! யாருக்காக அழறீங்க? அந்த சைக்கிள் காரனுக்கா, இந்தப் பொண்ணுக்கா?’

விசித்து விசித்து அழுதாள் அவள். வஸந்த், ‘ஸ்டாப் இட் நிருபமா!’ என்றான்.

‘ஷி இஸ் ஸோ யங்! ஸோ யங்! எதுக்காகச் செத்தாளோ? கையில ஏதோ நோம்புக் கயிறு மாதிரி தெரிஞ்சுது. மரத்தில இருந்து விழுந்த ஒரு பூ அவ மார்பிலே விழுந்திருந்தது. எத்தனை தலை மயிர்! மூக்கிலே சிவப்பா ஒரு கல்லு, கைகால் நகத்தில் க்யூட் டெக்ஸ் எல்லாம் தெரிஞ்சுது. ஓ மை காட்! எனக்கு படபடங்குது. எதுக்காகச் செத்தாளோ, யார் கொன்னாங்களோ!’

‘எப்படிக் கொன்னாங்கன்னு சொல்ல முடியும்.’

‘கணேஷ்! அவ கழுத்தைக் கவனிச்சீங்களா?’

‘நான் எட்டிப் பார்த்துட்டு உடனே ஒதுங்கிட்டேன்.’

‘கழுத்திலே ஒரு வெட்டு இருந்தது!’

‘இவ்வளவு விவரமாப் பாத்தே ஆகணுமா? அப்புறம் அதை நினைச்சிக்கிட்டு அழுதே ஆகணுமா?’

‘ஒரு லைஃப்! ஓர் உயிர்! வஸந்த்! ஒரு பெண் என்னென்ன ஆசைகள் வெச்சிருந்தாளோ? எங்கெல்லாம் போகலாம், யாரைக் கல்யாணம் பண்ணிக்கலாம், என்ன ஸாரி வாங்கலாம், என்ன படிக்கலாம், என்ன ரசிக்கலாம், என்ன சினிமா பார்க்கலாம். எத்தனை ஆசை வெச்சிருந்தாளோ!’

‘எல்லாம் சேர்ந்து மிதக்குது!’

‘அத்தனை பேர் இருந்தாங்களே அவங்க என்ன பார்த்திருப்பாங்க தெரியுமா?’

‘தெரியும்!’ என்றான் வஸந்த்.

கணேஷ் ‘என்ன?’ என்றான்.

‘அவள் துணிகள் நனைஞ்சதாலே அவ ப்ரெஸ்ட் எல்லாம் கண்ணாடி மாதிரி தெரிந்துகொண்டிருந்தது. அதைத்தான் எல்லாரும் பார்த்துக்கிட்டிருந்தாங்க!’

‘இப்ப என்ன சொல்றீங்க?’

‘கிரிமினாலஜி, குற்றம் இது பத்தி எல்லாம் வெகு பிரமாதமா லெக்சர் அடிக்கிறீங்க. கண்ணுக்கு எதிரே ஒரு குற்றத்தின் விளைவைப் பார்க்கிறோம். பாத்துட்டு இருக்கோம்.’

‘வேறே என்ன பண்ணச் சொல்றீங்க?’

‘ஒண்ணும் இல்லை.’

‘வேணும்னா அந்தப் பொண்ணுக்காக ஒரு நிமிஷம் மூணு பேரும் மௌனமா இருக்கலாம்!’

‘பதினெட்டு வயசுதான் இருக்கும், வர்ஜினா இருக்கலாம்!’

‘எப்படித்தான் இப்படி ஜாதகத்தை விரிக்கறீங்களோ? பேர் கூடத் தெரியுமா, என்ன?’

‘இல்லை!’

‘விடுங்க! இதை மறக்க ஒரு ஜோக் சொல்லட்டுமா?’

‘வேண்டாம்! அவளை நான் மறக்க விரும்பலை. தாங்க்ஸ், நான் இங்கதான் இறங்கணும்.’

‘போயிட்டு வாங்க. ஜாஸ்தி அலட்டிக்காதீங்க. நிறைய உயிருள்ள விஷயங்கள் இருக்கு கவலைப்பட!’

அவள் டிராஃபிக்கைப் பார்த்துக்கொண்டே ஸ்பென்ஸர் அருகே ஒரு ஐஸ்கிரீம் பார்லரை நோக்கிச் சென்றாள். கணேஷ் புறப் பட்டான்.

‘ஸ்ட்ரேஞ்ச் கேர்ள்!’

ஆரம்பத்தில் என்னவோ ஆம்பிளைப் பாப்பாத்தின்னு நினைச் சேன். அப்புறம் இதும் அழற ஜாதின்னு தெரிஞ்ச போச்சு.’

‘கொஞ்சம் செண்ட்டிமெண்டல் போல!’

‘என்ன பாஸ் தடக்குனு சுச்சு போட்டாப்ல அழ ஆரம்பிச்சா! நான் ஆடிப் போயிட்டேன்.

‘பெண்கள்!’

‘சொல்லாதீங்க பாஸ். இன்னிக்கு காலைல ஒரு புதுக்கவிதை படிச்சிக்கிட்டிருந்தேன். ஒரு பெண்தான் எழுதினது. ‘பெண்மை

வாழ்கன்னு துச்சாதனன் இல்லாமல் துகிலுரியும் பாஞ்சாலிகள், மந்திரம் இன்றியே சோரம் போகும் குந்திகள்'னு ரொம்ப தைரியமா எழுதியிருக்காங்க. நீங்க எரிக்கா யாங் படிச்சிருக்கீங் களா?'

'பிராபப்ளி இட் வாஸ் எ மர்டர்... அவ சொல்றாப்பல?'

'என்னது உங்களையும் மிதவை பிடிச்சிருச்சா!'

'இல்லை வஸந்த், அந்தப் பொண்ணு சொன்னதிலேயும் நிஜம் இருக்கு பாரு. சொற்பொழிவு, புஸ்தகம், கெல்லி, பிளாக் ஸ்டோன், கீட்டன் பேட்டன்னு படிச்சு என்ன பிரயோசனம்? கண்ணுக்கு எதிரிலேயே ஒரு பிரேதம் மிதக்குது. கவலையே இல்லாம ஆடிட்டரைப் பார்க்கப் போயிட்டிருக்கோம்.'

'என்ன பண்ண முடியும்? இந்த மாதிரி நகரத்திலே நடக்கிற எல்லாத்துக்கும் கவலைப்பட்டுக்கிட்டு இருந்தா முடியுமா? ஆகிற காரியமா?'

'இல்லைதான்' என்று கணேஷ் பீட்டர்ஸ் ரோட்டில் திரும்பி னான். நிருபமாவை மறுபடி பார்க்கப் போகிறோம் என்றோ அவளுடன் சேர்ந்துகொண்டு மூவரும் ஒரு விபரீதமான தேடலில் இறங்கப் போகிறோம் என்றோ எதிர்பார்க்கவில்லை.

நிருபமாவை மறுபடி சந்தித்தபோது கணேஷுக்கு அவள் நிருபமா என்பது மறந்து போய்விட்டது. கோர்ட் வாசலில் ராகவாச்சாரி டிக்ரியை அமெண்ட் பண்ணுவதற்கு கோர்ட்டுக்கு இருக்கும் தகுதிகளை செக்ஷன் 153-ஏ-யை எடுத்துக்காட்டி காட்டமாக அவனிடம் வாதாடிக்கொண்டிருந்தார். 'ஓய், இதை ஜட்ஜ்கிட்ட சொல்றதுக்கு பதில் எங்கிட்ட ஏன் சொல்றீர்!' என்று வஸந்த் அவரிடம் எதிர்வாதம் பண்ணிக்கொண்டிருந்தான். அப்போது ஓரத்தில் நின்றுகொண்டிருந்தாள். கிடைத்த சந்தில் 'மிஸ்டர் கணேஷ்?' என்றாள். கணேஷ் திரும்பிப் பார்த்து, 'எஸ்' என்றான்.

'எப்படி இருக்கீங்க?' என்றாள்.

கணேஷ் அவளை உடனே அடையாளம் கண்டு கொள்ளாததற்குக் காரணம் அவள் ஸாரி கட்டியிருந் ததும் இருக்கலாம்.

'என்னை ஞாபகமில்லையா?'

'ஸாரி! சுத்தமா மறந்து போச்சு.'

'எம் பேர் நிருபமா!'

'தட் ரிங்ஸ் எ பெல். வஸந்த்?'

'எஸ் பாஸ்' என்று அவன் திரும்பினான்.

'நிருபமான்னு யாரையாவது நமக்குத் தெரியுமா?'

வஸந்த் அவளைப் பார்த்து, 'அட! நம்ம நிரு! பாஸ், இவங்களுக்கு பாண்ட் போட்டுப் பார்த்து, கண்ணில் கொஞ்சம் கண்ணீரையும் சேர்த்துக்குங்க!'

'ஓ எஸ்! கூவம்!'

'அதைப் பத்தி உங்ககிட்ட பேச வந்தேன். உங்களுக்கு டயம் இருக்குமா?'

'உடனே கோர்ட்டுக்கு போகணும் பாஸ்! அட்ஜர்ன் ஆயிருக்கு!'

'நான் உங்களைக் கேக்கல்லை வஸந்த்!'

'நான் உங்ககிட்ட சொல்லலையே?'

'என்ன விஷயம், எங்கிட்டச் சொல்லுங்க!' என்றான் கணேஷ்.

'அந்தப் பொண்ணு யாருன்னு தெரிஞ்சுக்க விரும்புறேன்.'

'எதுக்கு?'

'அவ ஏன் செத்தான்னு கண்டுபிடிக்கிறதுக்கு.'

'அதுக்கெல்லாம் திறமையுள்ள ஆளுங்க இருக்காங்க!'

'திறமையுள்ள ஆளுங்க என்ன கண்டுபிடிச்சிருக்காங்க பாருங்க. அவள் மாலை மலர் பிரதி ஒன்றை கணேஷிடம் காட்டினாள். 'கூவம் ஆற்றில் அனாதைப் பிணம்.' பத்து நாளைக்கு முன்னால் வந்த செய்தி இது!'

'பாஸ் நான் போகட்டுமா முதல்ல? கொஞ்ச நேரம் ஆகுமா, இல்லை, இந்த கூவம் கேஸுக்காக இன்னொரு அட்ஜர்ன் மெண்ட் வாங்கிக்கவா?'

'வேண்டாம் வஸந்த், ஒரு நிமிஷம் இரு. வந்துர்றேன்.' கணேஷ் அந்தச் செய்திக் குறிப்பை அவசரமாகப் படித்தான்.

சென்னை, செப்-11:

நேற்று சுருக்கமாகச் செய்தி அறிவித்திருந்தபடி கூவம் நதிக்கரையில் தீவுத் திடல் பகுதியில் ஒரு பெண் பிணம் மிதந்து வந்தது தெரிந்ததே. அந்தப் பெண் இன்னும் அடையாளம் கண்டுபிடிக்க முடியாமல் சர்க்கார் பெரிய ஆஸ்பத்திரியில் சவம் இன்னும் வைக்கப்பட்டிருக்கிறதாம். அந்தப் பெண் நீல நிறத்தில் பூப்போட்ட ஸாரி அணிந்திருந்தாள். மாநிறமாகவும் சராசரி உயரமாகவும் இருக்கும் இப்பெண்ணை அடையாளம் கண்டுகொள்ள...

'பத்து நாளாச்சு, அந்தப் பொண்ணு யாருன்னு கண்டுபிடிக்கலை.'

'அதுக்கு என்னை என்ன பண்ணச் சொல்றீங்க?'

'அவ யாருன்னு கண்டுபிடிக்க விரும்பறேன்!'

'விரும்புங்க.'

'எப்படிக் கண்டுபிடிக்கறது?'

'எப்படின்னு என்னைக் கேட்டா எப்படி? லுக்! இஃப் யூ டோண்ட் மைண்ட், கோர்ட்டுக்கு நேரமாயிடுச்சு.'

'எப்ப ஃப்ரீயா இருப்பீங்க?'

'சாயங்காலம் அஞ்சு அஞ்சரைக்கு வாங்களேன்!'

'சரிதாங்க.'

'போர்ட்டிகோவில் காத்திருந்த வஸந்த், 'என்ன பாஸ்' என்றான்.

'அவ யாருன்னு கண்டுபிடிக்கணுமாம் இவளுக்கு.'

'சரிதான். சரியான நட் கேஸா இருக்கும் போலிருக்கே.'

'சாயங்காலம் வரச் சொல்லியிருக்கேன்.'

'எதுக்காக?'

'ஏதாவது சொல்லி அனுப்ப வேண்டாமா?'

'உள்ளூர உங்களுக்கும் அந்த ஆசை இருக்கா என்ன?'

'இல்லை, இருக்கிற தொல்லை போதும். ராகவாச்சாரி என்ன சொல்றார்?'

'ஸிபிஸியையே முழுங்கியிருக்கிற மாதிரி பேசறார். ரூல் 11 ஆர்டர் 41-ன்படி அப்பெல்லேட் கோர்ட்டு ஓர் அப்பீலை டிஸ்மிஸ் பண்ணியிருந்ததுன்னு செக்ஷன் 152 படி அமெண்ட் பண்றதுக்கு முதல்ல எந்தக் கோர்ட் டிக்ரியை பாஸ் பண்ணித்தோ, அதுக்கு பவர் இருக்கு நாட் வித்ஸ்டாண்டிங்...'

'ஏய்! தலையைச் சுத்தறது! திருப்பிச் சொல்லு!'

'சரிதான்! திருப்பிச் சொன்னா எனக்குப் பைத்தியம் புடிச்சுரும். வாங்க கொஞ்சம் குட்டையைக் குழப்பிப் பார்க்கலாம்.'

சாயங்காலம் அஞ்சரை மணிக்கு அவர்கள் கோர்ட்டிலிருந்து திரும்பினபோது நிருபமா வாசலில் காத்திருந்தாள். 'வந்துட்டீங் களா டாண்ணு' என்றான் வஸந்த்.

'அஞ்சு மணிக்கே வந்துட்டேன்!'

'ஏன் வாசல்லேயே நிக்கறீங்க? உள்ள போய் உட்கார்ந்திருக்க லாமே?'

'பரவாயில்லை.' புத்தகங்கள் அவள் மார்பை மறைத்தன. கன்னத் தில் இங்க் கரை இருந்தது. சிக்கனமாகச் சிரித்துவிட்டு மூக்கை உறிஞ்சிக்கொண்டு கைப்பையிலிருந்து சின்னதான கர்ச்சீப் ஒன்றை எடுத்து துடைத்துக்கொண்டு நாற்காலி ஓரத்தில் உட்கார்ந்துகொண்டாள். கணேஷ் கோட்டை உதறிவிட்டு பைய னிடம் காபிக்குச் சொல்லிவிட்டு கடிதங்களின் மேலுறைகளை மட்டும் பார்த்துவிட்டு, 'என்ன சொல்லுங்க,' என்றான்.

'அந்தக் கேஸை செல்வராஜ்ன்னு ஒரு இன்ஸ்பெக்டர் பார்க் கறதாக் கேள்விப்பட்டேன். உங்களுக்கு அவரைத் தெரியுமா?'

'தெரியாதே!'

'டி.ஐ.ஜியைத் தெரியுமில்ல?'

'அவரை இதுக்கெல்லாம் தொந்தரவு செய்யக்கூடாது' என்றான் வஸந்த்.

கணேஷ் குறுக்கிட்டு, 'முதல்ல எதுக்காக அந்தப் பெண்ணைப் பத்தி தெரிஞ்சுக்க விரும்பறீங்க?'

‘ஜஸ்ட் லைக் தட்! எனக்கு கிரிமினாலஜியில் இண்ட்ரஸ்ட் அதிகம் அப்படின்னு சொன்னேனே. இந்த மாதிரி ஒரு கேஸை ஆரம்பத்தில் இருந்து தொடர்ந்து போலீஸ் என்ன பண்றாங்க, எப்படி விசாரிக்கிறாங்க, எவ்வளவு ஆர்வம் இருக்கு அவங் களுக்கு, எப்ப கேஸை டிராப் பண்றாங்க எல்லாத்தையும் கவனிக்க விருப்பமா இருக்கு.’

‘எதுக்கு?’

‘எதுக்குன்னு எப்படிச் சொல்றது மிஸ்டர் கணேஷ். நீங்க அன்னிக்கு லெக்சர்லே சொன்னீங்க, எல்லாக் குற்றத்துக்கும் ஒரு உள்நோக்கம் இருக்கும், உள்நோக்கம் இருந்தே ஆகணும் அப்படின்னு. இந்தப் பொண்ணு கொல்லப்பட்டிருக்கா, இதுக்கு என்ன உள்நோக்கம்? இவ யாரு? பத்து நாளாக் கண்டு பிடிக்கலை. பேர்கூடத் தெரியாது. பத்து நாளா யாரும் இவளைக் காணோம்னு வந்து விசாரிக்கலை. போலீஸ்லயும் புகார் கொடுக்கலை. எ பர்ஃபக்ட் நோபடி! இவளுக்கு ஒரு பேர் இருக்கணும். பேரு, ஊரு, தொழில், ஆசைகள், அண்ணன், தங்கை, அப்பா எல்லாரும் இருந்தாகணும், இல்லையா? அவங்க எங்கே? அவங்களுக்கெல்லாம் இவ ஏன் தேவையில்லாமப் போயிட்டா? ஏன் இவ பாடியைக்கூட யாரும் க்ளெய்ம் பண்ணாம அனாதையா ஒரு மார்ச்சுவரியிலே கிடக்கிறா? ஏன் இவ இறந்து போனா? எத்தனை கேள்விகள் கணேஷ்!’

‘எல்லா கேள்விகளையும் கேக்கவேண்டியது போலீஸ் இல்லையா?’

‘அவங்க கேட்டுத்தான் இதுவரைக்கும் பதில் கிடைத்ததா தெரியவில்லையே?’

‘அதை நீங்க தெரிஞ்சுக்க விரும்பறீங்களா?’

‘அந்த பாடியை என்ன பண்ணுவாங்க?’

‘என்ன பண்ணுவாங்க? கொஞ்ச நாள் வெயிட் பண்ணிட்டு அப்புறம் அப்புறப்படுத்திருவாங்க! பாடிக்கு நல்ல டிமாண்ட். சுத்தமா பார்ட் பார்ட்டா வெட்டி பாடம் சொல்லித்தர மெடிக்கல் காலேஜுக்கு போயிரும். அங்கங்க சின்னச் சின்ன பாட்டில்ல இதான் கை இதான் காலுன்னு சுத்தமா ஃபார்மலின்ல மிதக்க விட்டுருவாங்க.’

'ஓ! வஸந்த், யூ ஆர் க்ரூயல்.'

'இத பாருங்க. இன்னிய தேதிக்கு, இப்ப, இந்த க்ஷணத்திலே, எவ்வளவு கொடுமைகள் நடந்துக்கிட்டிருக்கு தெரியுமா? விரல் போதாது எண்ண!'

'அந்தப் பெண் யாரு?'

'சரிதான்! ஒன் ட்ராக் மைண்ட்!'

'நிருபமா! கவலைப்பட ஆயிரம் உயிருள்ள சமாச்சாரங்கள் இருக்குன்னு சொன்னேன். உங்களுடைய குறிக்கோள் முதல்ல இருந்து ஓர் இன்வெஸ்டிகேஷனைத் தொடர்றதுன்னா ஏதாவது தெரிஞ்ச, ஃபேமஸ் கேஸ் ஒண்ணை எடுத்துக்குங்க. அதைப் பாருங்க. போலீஸ், கோர்ட்டு, மெஷினரி எப்படி இயங்குதுன்னு பாருங்க. இப்ப செஷன்ஸ் கோர்ட்டில் ஒரு முக்கியமான மர்டர் கேஸ் நடக்கிறது. அதை வேணா ஃபுல்லா அட்டெண்ட் பண்ணிப் பாருங்க. உங்க படிப்புக்கும் உபயோகமா இருக்கும்!'

'அதை விட்டுட்டு ஒரு அநாதைப் பொணத்தை பிடிச்சுக்கிட்டு!'

'மிஸ்டர், உலகத்திலே யாருமே அநாதையில்லை. எல்லாருக்கும் ஒரு சரித்திரம் இருக்கு.'

'என்னைக் கேட்டா உலகத்திலே எல்லாருமே அநாதைதான். இப்ப என்னையே எடுத்துக்குங்க. நான் எப்பேர்ப்பட்ட ஏ கிளாஸ் அநாதை தெரியுமா?'

'நீங்க செத்துப் போகலையே இன்னும்!'

'அப்ப செத்தாத்தான் உங்க பார்வைக்கு நான் வரமுடியும்னு சொல்லுங்க.'

'கணேஷ், நான் உங்ககிட்ட ரொம்ப எதிர்பார்த்தேன்!'

'என்ன செய்யணும்கறீங்க?'

'வஸந்த்! குறுக்க குறுக்கப் பேசாதீங்க. நான் கேட்டது கணேஷை. நீங்க இப்ப எனக்கு ஒத்தாசை செய்யப்போறீங்களா இல்லையா?'

'எந்த விதத்தில் நான் செய்ய முடியும் அப்படின்னு சொல் றீங்க?'

'முதல்ல அந்தப் பொண்ணுடைய போஸ்ட்மார்ட்டம் ரிப் போர்ட்டைப் பார்க்கிறதுக்கு நீங்க எனக்கு ஏற்பாடு செய்யலாம் இல்லையா?'

'பாத்து அதிலிருந்து என்ன தெரிஞ்சுப்பீங்க?'

'அவ எப்படி செத்தான்னு!'

'அதுக்கப்புறம்?'

'அவ செத்ததுக்குக் காரணம் என்ன, அல்லது யாருன்னு கண்டுபிடிக்கணும்.'

'சரிதான்! பாரலல் இன்வெஸ்டிகேஷனா?'

'போலீஸ் கைவிட்ட அல்லது விடப்போற கேஸ்!'

'அதை எடுத்துக்கிட்டு சொந்தமா, போலீஸுடைய வசதி இல்லாம, தனியா, ஸோலோவா உள்ள நுழையணும்கறீங்களா?'

'ஆமா!'

'இதைவிட ஒரு பூனையைப் பிடிச்சுட்டு ஒரு கத்தியை எடுத்துகிட்டு...'

'வஸந்த்!' என்று கணேஷ் அதட்ட அவன் 'ஸாரி' என்றான்.

கணேஷ் நிதானம் இழக்காமல், 'மிஸ் நிருபமா, நீங்க இன்றைய பேப்பரை பிரிச்சுப் பாருங்க. எத்தனை மரணம் தெரியுமா! நாலு ரிப்போர்ட் ஆயிருக்கு. இது எல்லாத்தையும் பத்தி நாம கவலைப்பட்டுகிட்டு இருக்க முடியுமா?

'நம்மைப் பொருத்தவரையில் இது எல்லாம் செய்திங்க. இவங்க எல்லாரையும் மனிதர்களாகவே நாம் பார்க்கக்கூடாது. ஒரு நியூஸ்பிரிண்ட் பிம்பங்கள். நகரத்தில் இருக்கிற இத்தனை மரணத்துக்கும் கவலைப்பட்டு நம்மால முடியாது. இரான்ல பூகம்பம் வந்தது. எத்தனையோ ஆயிரம் பேர் நிமிஷமாச் செத்துப் போனாங்க. அவங்களை எல்லாம் பத்தி கவலைப் பட்டுக்கிட்டு இருக்க முடியுமா நம்மால?'

'இது இரான் இல்லை, சிந்தாதிரிப்பேட்டை!'

'என்ன கொஞ்சம் ஜாகரஃபிகல் வித்தியாசம், அவ்வளவுதானே! ஏதோ ஒரு பெண், ஏதோ ஒரு நதி...'

‘இல்லை’ என்றாள் அழுத்தமாக.

‘உங்ககிட்ட பேசறதுக்கு பதிலா ரஷ்யக் கரடிகிட்ட ரெஃப்ரிஜி ரேட்டர் வித்துரலாம்போல இருக்கு!’

‘உங்களால முடியுமா முடியாதா?’

‘ஸாரி! முடியாது’ என்றான் கணேஷ்.

‘சரி, உங்க நேரத்தை வீணயாக்கியதுக்கு மன்னியுங்கள். நான் வரட்டுமா?’ என்றாள் கண்களில் ஈரத்துடன்.

‘காபி சாப்பிட்டுப் போங்க.’

‘இனி உங்ககிட்ட பச்சைத் தண்ணிகூட சாப்பிடமாட்டேன்’ என்றாள் கோபமாக.

‘ஆல்ரைட்! ஒண்ணு செய்யறேன். அந்த போஸ்ட்மார்ட்டம் ரிப்போர்ட்டை வேணும்னா பார்க்க ஏற்பாடு செய்ய முயற்சி செய்யறேன். ராஜேந்திரனுக்கு லெட்டர் தரேன். அதில நீங்க இன்வெஸ்டிகேஷன் பண்ணப் போறதாச் சொல்லலை. அப்படிச் சொன்னா துரத்தி விட்டுருவாரு. பதிலா நீங்க கிரிமினாலஜி மாணவி, டிபிக்கலா அன்க்ளெய்ம்டா இருக்கிற ஒரு கேஸை எடுத்துட்டு போலீஸ் என்ன செய்யும்னு ஸ்டடி பண்ண ப்ராஜெக்ட் எடுத்திருக்கீங்க, அதுக்கு உதவ பி.எம். ரிப்போர்ட் பார்க்கறதுக்கு ஏற்பாடு செய்யணும்னு லெட்டர் எழுதிக் கொடுக்கறேன். அப்புறம் உங்க சாமர்த்தியம்.’

‘தாங்க்ஸ். இப்போதைக்கு இது போதும்.’

‘எப்போதைக்கும் இது மட்டும்தான்! என்ன?’

கணேஷ் ஒரு கடிதம் எழுதிக் கொடுத்தான்.

‘நான் வரட்டுமா? குட்பை!’

அவள் சென்றதும் அந்தத் திசையை நோக்கிப் பெருமூச்சு விட்டு வஸந்த், ‘சரியான கம்பிளி பாஸ். விடமாட்டேங்கிறாளே. ஒரே பிடிவாதம். கொக்குக்கு ஒண்ணே மதின்னு!’

ராகவாச்சாரியின் வழக்காடலில் நாள்கள் கழிந்து போயின. கேஸ் ரப்பராய் இழுத்தடித்தது. கணேஷ் ஒரு முறை கோவைக்குப் போக வேண்டியிருந்தது. இன்னும் இரண்டு நாள் மழை பெய்தது. இலங்கைத் தமிழர்களுக்காக மாநிலம் எங்கும் கதவடைப்பு செய்தார்கள். கணேஷும் வஸந்தும் 'ஜஸ்டிஸ் ஃபார் ஆல்' பார்த்தார்கள். வஸந்த் காஸட் டெக்கில் ஜக்ஜீத் சிங் கேட்டு அந்த ஆழ்ந்த குரலின் கஸல் பாட்டுகளில் உருகி என்னவோ புகைத்தான். கணேஷ் ரொம்ப நாளாக ஒத்திப் போட்டிருந்த ஒரு கடிதத்தை எழுத ஆரம்பித்தான். பிராட்வேயில் அவர்கள் அலுவலகம் இருந்த சந்தில் லவுட்ஸ்பீக்கர் வைத்து தெருப்பூரா டெஸிபல்களை வாரி இரைத்தார்கள். வஸந்த் ஓவல்டின் டப்பாவில் வைத்திருந்த செடி ஒன்று துளிர்த்து சின்னதாக வயலெட்டில் நான்கு இதழ்க ளுடன் ஒரு பூ காட்டியது. நிருபமா மறுபடி வந்தாள்.

இப்போது அவள் சற்றுப் பதற்றத்துடன் இருந்தாள். 'கணேஷ்! கணேஷ்!'

கணேஷ் 'உ' போட்டு தேதி எழுதினதோடு சரி. வெற்றுக் காகிதத்திலிருந்து நிமிர்ந்து, 'யாரு!

நிருபமாவா வாங்க. போஸ்ட்மார்ட்டம் ரிப்போர்ட் கொடுத்தாங்களா?'

'ஓ எஸ், உங்க பேரு, சிபாரிசு, லா காலேஜ் மாணவி எல்லாம் உபயோகமா இருந்தது. போஸ்ட்மார்ட்டம் ரிப்போர்ட் ஃபோட்டோஸ்டாட் காபி கிடைச்சுது!'

'ஸப்போஸ்ட் டு பி எ ப்ரொடெக்டட் டாக்குமெண்ட்! சொல்லுங்க!'

'ரிப்போர்ட்டைப் பார்க்கிறீர்களா?'

'வஸந்த், பாருடா.'

'பாஸ், எனக்கு செடிக்கு தண்ணி ஊத்தணும்.'

'எனக்கு லெட்டர் எழுதணும்.'

நிருபமா இவர்கள் சம்பாஷணை பற்றிக் கவலையே படாமல் தன் கண்ணாடியை எடுத்து மாட்டிக்கொண்டு, தன் தோள்பையில் இருந்த ஏராளமான காகிதங்களில் இருந்து அழுக்காகத் தேர்ந்தெடுத்து 'க்கும்' என்று கனைத்துக்கொண்டு படித்தாள்.

'கேஸ் நம்பர் 18217. இது நன்றாக வளர்ந்து உள்ள ஓர் இளம் பெண்ணின் உடல். சுமார் 19 வயது இருக்கலாம் என்று தோன்றுகிறது. உயரம் 5 அடி 4 அங்குலம், ஏராளமான தலைமயிர், கரிய கண்கள், இடக் கையில் இரண்டு அம்மைத் தழும்புகள்...'

'நிருபமா! ப்ளீஸ், இவ்வளவு விவரம் வேண்டாம். நீங்க என்ன கண்டுபிடிச்சீங்கன்னு சொல்லுங்க.'

'கேளுங்க கணேஷ். போஸ்ட்மார்ட்டம் ரிப்போர்ட்டில் ஒரு முக்கியமான விஷயம் இருக்குது. அதை போலீஸ் பார்த்தாங்களா இல்லையான்னு தெரியலை.'

'என்ன?'

அவள் பாதி முணுமுணுத்துக்கொண்டே,

'ம்... ரிகர் மார்ட்டிஸ் மார்க்ட் இன் எக்ஸ்ட்ரிமிட்டிஸ் அண்ட் மஸில் ஆஃப் தி நெக். ஸ்லைட் காடவரிக் ஓடர்...'

'அய்யோ! பிரேதத்தை இப்படி வர்ணிச்சே ஆகணுமா? மத்தியானம் சாப்பிட்ட பஜ்ஜி எல்லாம் என்ன ஆவறது?'

‘ஐ லிட்ஸ் பார்ஷியலி க்ளோஸ்ட். கார்னியா ஃபார்ம், நாஸ்ட்ரில்ஸ்... அ... இதுதான். லெஃப்ட் லெக் ஹாஃப் என் இஞ்ச் ஷார்ட்டர் தென் தி ரைட்... இடக் கால் வலக் காலைவிட அரை இன்ச் சின்னதாம்!’ என்று ஆர்வத்துடன் கணேஷை நிமிர்ந்து பார்த்தாள்.

‘இருந்தா என்ன? இருந்துட்டுப் போகட்டும்! நீங்க என்னவோ பெனிஸிலின் கண்டுபிடிச்ச ஃப்ளெமிங் மாதிரி பார்க்கறீங்களே!’

‘வஸந்த், ஒரு கால் சின்னதுன்னா என்ன அர்த்தம்? அவ நொண்டி நொண்டி நடந்திருப்பா இல்லையா?’

‘அரை இன்ச் வித்தியாசத்திலா! சான்ஸே இல்லை! ஸ்கேல் தப்பா இருக்கும்!’ என்றான் வஸந்த்.

‘அவ யாருன்னு கண்டுபிடிக்கிறது இப்பக் கொஞ்சம் சுலபமாப் போச்சு, இல்லையா?’

‘சரிதான்! மெட்ராஸ்ல போன மாசம் இடக் கால் வலக் காலைவிட அரை இன்ச் சின்னதா இருந்த பெண்ணெல்லாம் யாருன்னு விசாரிக்கறது அவ்வளவு சுலபமில்லே மிஸ்!’

‘கணேஷ், நீங்க என்ன சொல்றீங்க?’

‘அவளைத் தேடறதுக்கு முன்னால் போஸ்ட் மார்ட்டம் ரிப்போர்ட் என்ன சொல்லுது? எப்படிச் செத்தாளாம்?’

‘ஸ்டராங்குலேஷன்! சஸ்பெக்டட் ஹோமிஸைட்னுதான் போட்டிருக்கு!’

‘அப்ப போலீஸ் கேஸ் பதிவு பண்ணியிருப்பாங்களே?’

‘பதிவு பண்ணியிருக்காங்க!’

‘கவலைப்படாதீங்க! அவங்க அந்தப் பொண்ணு இந்நேரம் யாருன்னு கண்டுபிடிச்சிருப்பாங்க.’

‘இன்னும் இல்லையே, சாயங்காலம் அஞ்சு மணி வரைக்கும் யாருன்னு கண்டுபிடிக்கலையே, இன்னிக்குக்கூட பேப்பர் நியூஸ் வந்திருக்கு மறுபடியும். அவ கட்டியிருந்த புடைவை எல்லாத்தையும் வர்ணிச்சு, தகவல் தெரிஞ்சவங்க போலீஸுக்கு விவரம் சொல்லுங்க அப்படின்னு ஹாரிபிளா ஒரு போட்டோ வேறே வந்திருக்கு. பாடியை எடுத்தது.’

'பாடி இன்னும் இருக்கா?'

'மார்கில் வெச்சிருக்காங்க. போய்ப் பார்த்துட்டு வந்தேன். ஒரே நீலமா, கொஞ்சம் சுருங்கி...'

'மறுபடி வர்ணனையா? ஹே! பகவான்! மிஸ்! போன ஜென்மத்திலே புறநானூறில் முறம் தூக்கின பெண்ணா இருந்திருக்கீங்க போல இருக்கு. எப்படி உங்களால எல்லாத்தையும் பார்க்க முடிகிறது? பாடின்னா எனக்குக் கொஞ்சம் அலர்ஜி.'

அவள் ஆர்வத்துடன், 'கணேஷ்! எனக்கு இன்னும் ஒரே ஒரு சின்ன ஹெல்ப்... மாட்டேன்னு சொல்ல மாட்டீங்களே?'

'என்ன?'

'ஒரே ஒரு தடவை என்னை உங்க கார்ல அழைச்சுட்டுப் போகணும்!'

'அதுக்கென்ன செய்துட்டா போச்சு.'

'அந்த வாய்க்கால் ஓரமா.'

'எதுக்கு?'

'போஸ்ட்மார்ட்டம் ரிப்போர்ட்டைப் பார்த்தா அந்த பாடி தண்ணில அதிகமா மிதக்கலைன்னுதான் தோணுது. நதில அதை யாரோ வீசி எறிஞ்சிருக்காங்க. அது புரண்டு புரண்டு வந்து கல் தடுக்கி நாம பாத்த இடத்தில நின்னு போயிருக்கு. அதனால...'

'அந்தப் பெண் விழுந்த இடத்தைக் கண்டுபிடிக்கலாம்னு நினைக்கிறீங்களா?'

'கிட்டக்கத்தான் இருந்தாகணும், கொஞ்சம் விசாரிக்கலாமேன்னுட்டு...'

'கூவம் நதியோட நடக்கணுமா?'

'சும்மா கார்ல கரையோரமா இருக்கிற ரோடுகள்ள போய்ப் பார்க்கலாமே!'

'என்ன தெரியும்னு எதிர்பார்க்கறீங்க?'

'உங்களுக்கே ஆர்வமா இல்லையா!'

‘சத்தியமா இல்லை. நாங்க ஏகப்பட்ட கேஸை இந்த மாதிரி துரத்தியாச்சு.’

‘இன்னும் ஒரே ஒரு கேஸ்.’

‘பாருங்க, இதெல்லாம் பொம்பளை செய்யற விவகாரமில்லை. சிந்தாதிரிப்பேட்டையிலே தமிழ் விளையாடும், அதெல்லாம் கேக்கறதுக்கு எனக்கே கூசும்.’

‘பரவாயில்லை, கணேஷ் ப்ளீஸ்!’

கணேஷ் வஸந்தை நோக்கி, ‘வஸந்த், ஒரு நடை கூட்டிக்கிட்டுப் போய்க் காட்டிட்டு வந்துரு.’

‘என்ன பாஸ், என்னை சூ காட்டறீங்க.’

‘ஆல்ரைட். நானும் வரேன். மூணு பேரும் போகலாம். இதுதான் கடைசி. இனிமே இந்தக் கேஸை நாங்க... அது என்ன வஸந்த்?’

‘ஏறெடுத்தும் பார்க்க மாட்டோம்!’

‘சரி’ என்று அவள் உற்சாகத்தில் எட்டு வயதுப் பெண்ணானாள். அவர்கள் கிளம்புவதற்குள் வாசலில் போய் நிறுத்தியிருந்த காரில் ஏறிக்கொண்டாள்...

‘பாஸ் எப்படியும் ஆடிட்டரைப் பார்க்கறதுக்கு இன்னிக்கு போயாகணும். போறப்ப ஒரு பத்து நிமிஷம் கூவம் நதிக்கரை ஓரம்... ஏங்க? போட்டில் போகலாமா, நல்லாயிருக்கும் வாசனையா!’

‘இல்லை வஸூ! நதியோட ஸ்கர்ட் பண்ணிட்டு ரோடால போகலாம்.’

‘என்னது? வஸூவா?’

‘ஸாரி! சந்தோஷத்திலே பேரைச் சுருக்கிட்டேன். பிரபலமான கணேஷூம் வஸந்தும் நம்ம கேஸிலே இன்ட்ரஸ்ட்டா இருக் காங்கன்னா அதைவிடச் சந்தோஷமான காரியம் இருக்குமா?’

கணேஷூம் வஸந்தும் பார்த்துக்கொண்டார்கள். ‘நீங்க சின்ன வயசில கேர்ள் ஸ்கவுட்டா? ராஷ்டிரபதிகிட்ட ஏதாவது மெடல் வாங்கி, மார்ல குத்தியிருக்காரா?’

கார் கிளம்ப அவள், 'நேரா வெலிங்டன் பிரிட்ஜ் பக்கமே போங்க' என்றாள்.

'வெலிங்டன் பிரிட்ஜா?'

'இப்ப காமராஜ் பிரிட்ஜ். அதும் பக்கத்திலேதானே நாம முதல்ல அந்த பாடியைப் பார்த்தோம். கூவம் நதியைப் பத்தி முதல்ல படிக்க ஆரம்பிச்சேன். அது எங்க இருந்து ஆரம்பிக்கிறது எங்க முடிகிறது... கூவம் மெட்ராஸுக்குள் ஒரு எஸ் வடிவத்தில் ஓடறது தெரியுமா? சிந்தாதிரிப்பேட்டை வழியா ஓடறப்ப வளைஞ்சு ஏறக்குறைய வடக்கு நதியோட ஒட்டிக்கப் பார்க் கறது. இரண்டையும் இணைக்க வெள்ளைக்காரன் வெட்டின கால்வாய்க்கு பேர் என்ன தெரியுமா, கிளைவ் கனால், பெனி டென்ஷியரி கனால்... சென்ட்ரல் ஸ்டேஷனுக்குப் பக்கத்திலே ஓடுது பாருங்க அதான்...'

வஸந்த் கொட்டாவியை மென்று 'ரொம்ப இருக்கோ' என்றான்.

கார் முதல் தினம் அவர்கள் வந்த பாதை வழியே சென்று பாலத்தை நெருங்கியபோது, 'இங்கதான் பார்த்தோம்' என்றான் கணேஷ்.

'இங்கெல்லாம் பார்த்துட்டேன். கொஞ்ச தூரம் இங்க நடந்து கூடப் பார்த்துட்டேன்... குழந்தைகள், பலூன், பார்க்குனு, இப்பவெல்லாம் என்ன கொயட்டா இருக்குது பாருங்க.'

'எங்க போகணும் சொல்லுங்க. கூவம் ஓரமா கார் விடறது கொஞ்சம் கஷ்டம். இல்லை மவுண்ட் ரோடாவே போய் சிந்தாதிரிப்பேட்டை பக்கத்திலே காஸினோ சைடில ரிவரைப் புடிச்சுக்கலாம். அங்கிருந்து எல்லா ஏரியாவையும் பார்த்துரலாம்.'

'என்ன பார்த்துரலாம்?'

'என்னன்னு சொல்லத் தெரியலை சார்!'

காமராஜ் சிலையைத் தாண்டி விளக்கில் நின்று எஸ்டேட்டைக் கடந்து, மறுபடி அண்ணா சிலை அருகில் நின்று, தியேட்டர்கள் உதிர்த்த ஜனவெள்ளத்தில் நனைந்து வெலிங்டன் வரை போய் யூ டர்ன் அடித்துத் திரும்பி...

மற்றொரு பாலத்தைக் கடந்த பிற்பாடு 'சிந்தாதிரிப்பேட்டை' என்றான் வஸந்த்.

‘இப்படியே கரையோரமாப் போகலாம்’ என்றாள்.

நகரம் திடீரென்று ஏழையானது போல் நெருங்கிய சந்துகளில் மோட்டார் உதிரிபாகங்களும், மரத்தடி அம்மன் கோயிலும், எந்த மு.க.வில் ஊழல் அதிகம் என்ற கருத்துப் படங்கள் அடங்கிய சுவர்களும், டிரான்சிஸ்டர்களில் விவிதபாரதியும் டப்பா கட்டு கட்டின தமிழும் ஒருங்கமைந்த பிரதேசத்தில் கார் சென்றது. பாட்டரி பழுதாகும்வரை ஹாரன் அடிக்க வேண்டியிருந்தது. வீடுகளில் ராபர்ட் கிளைவ் காலத்துக்கு அப்புறம் சுண்ணாம்பைப் பார்த்திராமல் ஒடிந்த ஜன்னல்களில் குழந்தைகளைக் காட்டின. பிலிம் கம்பெனி, அச்சாபீஸ், கிரீன் ஹோட்டல், கல்லாவில் ஜாடிக்குள் நீட்டமான ரொட்டித் துண்டங்கள், சாராயக் கடைகள், கார்ப்பரேஷன் குழாயருகில் பளபள பாத்திர வரிசை...

‘கொஞ்சம் நிறுத்துங்க’ என்றாள் அவள். இறங்கி விட்டாள். கணேஷ் இன்ஜினை அணைக்காமல் காத்திருந்தான். ‘பாஸ்! எனக்கு ஒண்ணு தோணுது. சொன்னாக் கோவிச்சுக்க மாட்டீங்களே!’

‘கோவிச்சுப்பேன், சொல்லு.’

‘இந்தப் பெண் மேலே உங்களுக்கு ஒரு கிரஷ், அப்படித்தானே?’

‘எனக்கா? இந்தப் பெண் மேலயா!’

‘பரவாயில்லை பாஸ், சும்மாச் சொல்லுங்க!’

‘நீதான் சொல்லேன்? உனக்கு இந்தப் பொண்ணைக் கண்டா ஏன் அதிகம் சூடு இல்லே? பாண்ட் போட்ட எந்தப் பொண்ணையும் விட மாட்டியே?’

‘டோரதி பார்க்கர் என்ன சொல்றா தெரியுமா? மென் டோண்ட் மேக் பாஸஸ் அட் விமன் ஹூ வேர் கிளாஸஸ். சொல்லுங்க பாஸ், உங்களுக்கு இவ மேல ஒரு தெய்வீகக் காதல்தானே?’

‘உளறாதே. இவ எடுத்துக்கிட்ட பிரச்னை என்னைக் கொஞ்சம் வசீகரிக்கிறது. போலீஸ் ஏறக்குறைய கைவிட்ட கேஸை எடுத்துக்க தைரியம் வேண்டாமா?’

‘வேண்டாம். நிறைய சமயம் வேணும். அவ்வளவுதான். பாருங்க பாஸ். எங்கெங்கயோ சந்தில எல்லாம் பூர்றா பாருங்க. அங்கங்க லேடி ஜாயிண்ட் நிறைய இருக்கும்.’

'வஸந்த்! கொஞ்சம் கூடப் போ, எங்கயாவது எக்கச்சக்கமா நுழைஞ்சுரப் போறா. ரொம்ப தைரியமா இருக்கா. கன்னுக்குட்டி பயம் அறியாது!'

'காளைக் கன்னுக்குட்டியா இருந்தாப் பரவாயில்லை. பசுங்கன்னு! நான் உடனே போறேன்!'

வஸந்த் அவள் மறைந்த சந்தை நோக்கி விரைந்தான். கொஞ்சம் நிழலான பிரதேசம்தான். ஒரு வீட்டிலிருந்து ஒருவன் வாயைத் துடைத்துக்கொண்டு வெளியே வந்து அவசரமாக நடந்தான். வஸந்த்மேல் இடிக்கிற மாதிரிப் போனான். 'தலைவரே, இந்தப் பக்கமா பாண்ட் போட்டுக்கிட்டு ஒரு பொண்ணு வந்ததா?'

'பாண்ட் போட்டுக்கிட்டு பொண்ணா! நீங்க பார்த்தீங்கன்னா எங்கிட்டேயும் காட்டுங்க பிரதர்!' என்று அவன் கூட வந்தான்.

'இல்லைங்க, நானே பார்த்துக்கறேன்!'

'ஒண்டியாவா? என்ன பிரதர் தமிழ் பரம்பரை என்ன ஆச்சு?'

வஸந்த் அதற்குள் அவளைப் பார்த்துவிட்டான். வஸந்தை நோக்கி வேகமாக வந்துகொண்டிருந்தாள். 'என்ன இது நிருபமா, இங்கெல்லாம் நுழைஞ்சுண்டு?'

'வஸந்த்! என்கூட வாங்க!' என்றாள் படபடப்புடன்.

'நானும் வரட்டுமா பாப்பா?' என்றான் புதிய சினேகிதன்.

'மை காட்! இது யாரு?'

'ரெண்டு பேருக்கும் ஒண்ணாத்தான் ரேட் பேசியிருக்கு?'

'யோவ் போய்யா சாக்கடையைப் பார்த்துகிட்டு.'

'என்ன பிரதர். ஆரம்பத்தில் இருந்தே என்ன பேச்சு?'

'உம் பேர் என்ன?'

'அழகிரி!'

'அழகிரி! நீ என்ன பண்ற, கொஞ்சம் கிட்டவா. இங்கிருந்து அடுத்த சந்திலே ஒரு கிராக்கி பார்த்தேன். சரியான ஜில்ஜிலாப்பூ. நின்னு விளையாடுது. இது என்ன பூச்சி! உனக்கெல்லாம் அதான் சரி! சொல்லிட்டு வந்திருக்கேன். போய்ப் பாரு, ரொம்ப டிமாண்டு!'

'சரி பிரதர், நாடு வாழ்க! வரட்டுமா?'

'யார் வஸந்த் இது?'

'நாட்டின் நலம் விரும்புபவர், வா போகலாம்.'

'எங்க போறது! நான் காட்ட வந்ததைக் காட்டாம எப்படிப் போறது?'

'ஏதாவது காட்டப் போறியா, இந்த வேளையிலே?'

'அடுத்த சந்திலே, அடுத்த சந்திலே! வாயேன். சீக்கிரம்.'

'என்னவாம்?'

'ஒரு பொண்ணு.' புதியவன் ஆடி ஆடிக்கொண்டு செல்ல வஸந்த் நிருபமாவுடன் பின்செல்ல ஆர்வத்துடன் அடுத்த சந்தில் புகுந்தான்.

'என்ன இது சென்ஸஸ் அதிகாரி மாதிரி அங்கங்க பார்க்கறியே?'

நிருபமா, 'வஸந்த்! அங்க பாருங்க' என்றாள்.

இருட்டு சாயங்காலத்தை பைக்குள் போட்டுக் கொண்டிருந்தது. இரண்டுங்கெட்டான் வெளிச்சம். பாவங்கள் தொடங்கப் போகும் முகூர்த்தம். தெரு விளக்கின் சோகை வெளிச்சத்தில் மேற்கு முலாம் கலந்து சந்தின் அதோ முடிவில் ஒரு பெண் நின்று கொண்டிருந்தாள். அவளுடன் ஒருத்தன் ரொம்பக் கிட்டத்தில் நின்றுகொண்டு தாழ்ந்த குரலில் பேசிக்கொண்டிருந்தான். அருகே சைக்கிள் ரிக்ஷா காத்துக்கொண்டிருந்தது. அதன் சொந்தக்காரன் முகப்பு விளக்குக்கு எண்ணெய் போட்டுக் கொண்டிருக்க -

'அதோ! அவதான்!'

'என்ன அவதான்?'

'பாத்தா தெரியலையா? அவ கட்டியிருக்கிற புடைவையைப் பாரு!'

'சரியாத் தெரியலையே?'

'நான் கொஞ்ச நேரம் முன்னாடி கிட்டத்திலே பார்த்தேன். அதே புடைவை!'

‘எதே?’

‘அன்னிக்கு ஆத்தில மிதந்த பொண்ணு கட்டிக்கிட்டிருந்த அதே புடைவை. அதே நீலக் கலர், அதே பூப்பூவா டிஸைன்!’

‘அதனால? இந்தப் பொண்ணு அந்தப் பொண்ணுக்குத் தங்கையா?’

‘இல்லை வஸந்த்! எனக்கு புடைவைங்களைப் பத்தித் தெரியும். ஒரே பார்டர் கலர் பூ போட்டு, புடைவைகள் கிடைக்கிறதே ரொம்ப அபூர்வம்.’

‘அதனால?’

‘இவளும் அவளும் ஆர்டர் கொடுத்து அல்லது ஒரே சமயத்தில் வாங்கியிருக்கலாம்.’

‘என்ன லாஜிக் இது?’

‘போய்க் கேக்கலாமா?’

‘அதற்கள் கணேஷ் கவலைப்பட்டுக்கொண்டு அவர்களைத் தேடி வந்துவிட்டான். ‘என்னது, ரெண்டு பேரும் நடு சந்தில நின்னுகிட்டு?’

‘கணேஷ்! அந்தப் பொண்ணு கட்டியிருக்கிற ஸாரியைப் பாருங்க!’

‘எந்தப் பொண்ணு, எந்த ஸாரி?’

‘அதான் பாஸ், தெருவிளக்கு கீழ நின்னுகிட்டு இருக்கே, சரியான கேஸ்! அவளைப் போய் புடைவை எங்க வாங்கினேன்னு கேக்கணுங்கிறா, அதானே நிரு?’

‘இல்லை, இதே புடைவை வாங்கின யாரையாச்சும் தெரியு மான்னு கேக்கணும்.’

‘இப்பப் போய் அந்தப் பொண்ணை என்ன கேட்டாலும் பத்து ரூபாய் நாற்பது ரூபாய்ங்கும்.’

‘அப்படின்னா?’

‘உடனேன்னா பத்து, ஓவர் நைட்டுன்னா நாற்பது!’

‘புரியலை! என்ன வஸந்த்?’

‘என்ன இது, இவ்வளவு தூரம் வந்தாச்சு, இது கூட...’

‘வஸந்த்! அப்புறம் சொல்லலாம் அதெல்லாம். இதப் பாரு, இந்த இடமெல்லாம் டீஸண்ட்டா இருக்கிற ஆசாமிங்க உலவற இடமில்லை. வா போகலாம்.’

‘இல்லை கணேஷ், அவளை விசாரிக்கவேண்டாமா? ஒரு நிமிடம்...’ என்று அந்தப் பெண்ணை நோக்கி வேகமாக நடந்தாள். ‘போகாதே’ என்று கணேஷ் சொன்னதைக் கேட்கவில்லை.

‘பாவி! டாக்கு டாக்குன்னு போறாளே!’

‘வஸந்த்! அவ அங்க போகக் கூடாது.’

‘போயாச்சு! உடனே திரும்பி வராளா இல்லையா பாருங்க.’

‘என்ன நிரு வந்துட்டே?’ என்று போன வேகத்தில் திரும்பிய நிருபமாவைப் பார்த்துக் கேட்டான் கணேஷ்.

‘அந்த ஆளு, அந்த ஆளு, என் மேல கைபோடறான்!’

‘சொன்னேனா இல்லையா?’

‘எனக்கு அவளை சந்திச்சே ஆகணுமே! நீங்க வேணா போங்க, நான் இங்கேயே காத்திருக்கேன்.’

‘காத்திருக்கீங்களா! ராத்திரி ரொம்ப நேரமாகுமே.’

‘பரவாயில்லை.’

‘என்ன இது பிடிவாதம்?’

‘கணேஷ்! நிச்சயம் இந்தப் பொண்ணுக்கு இறந்தவளைப் பத்தி தெரிஞ்சிருக்கணும்னு என் உள்ளுணர்வு சொல்றது!’

‘உள்ளுணர்வை எல்லாம் நம்பாதீங்க, வாங்க!’

‘நான் வரலை.’

‘என்னடா இது வம்பாப் போச்சு, பாஸ்! நீங்க வாங்க போகலாம்.’

‘ஒரு பெண்ணை அநாதரவா விட்டுட்டுப் போவீங்களா கணேஷ்?’

‘இது பார்றா, வான்னா வரலை, அநாதரவாம்!’

கணேஷ் யோசித்து, 'நிருபமா, நீங்க வாங்க போகலாம். அந்தப் பெண்ணை நீங்க சந்திக்கணும், அவ்வளவுதானே? நான் ஏற்பாடு பண்ணிடறேன்! காருக்கு வாங்க!'

'இப்பவே சந்திக்கணும்.'

'கொஞ்ச நேரத்திலே. காருக்கு வாங்க என்கூட.'

'சரி பாஸ்! போகலாம்.'

'வஸந்த்! நீ இங்கேயே இரு! நாங்க போனப்புறம் அந்தப் பெண்ணை' கிட்ட வந்து 'பேரம் பேசி காருக்கு அழைச்சிட்டு வந்திரு' என்றான்.

'பாஸ்! என்ன இது? மாமா வேலையெல்லாம் எங்கிட்ட தள்ள றீங்க?'

'உனக்குத்தான் அந்த நேக்கெல்லாம் தெரியும். இந்த சின்ன விவகாரம்கூட தெரியாதா என்ன?'

'சரியாப் போச்சு, என்னன்னு பேசி கூட்டிக்கிட்டு வர்றது?'

'அது உனக்கு கத்துத் தரணுமா என்ன?'

'அவருக்குப் பேசறதா, ராத்திரிக்கா?'

'ஒரே ஒரு அவர் போதும்.'

வஸந்த் அலுத்துக்கொண்டான். 'உங்ககிட்ட இருந்து சீக்கிரமே ரிஸைன் பண்ணிடணும். வக்கீல் ஜுனியர்னா ப்ரீஃப் எழுது வாங்க. பேனா பென்சில் சீவிக் கொடுப்பாங்க. இப்படி சிந்தாதிரிப்பேட்டை சந்துல பிராஸ் பின்னால எல்லாம் அலை யணும்ன்னு எந்த ஊர் நியாயம் இது?'

'வஸந்த், நீ கூட்டி வரலைன்னா நிருபமா ராத்திரி பூரா இந்த இடத்தைவிட்டு வரமாட்டா!'

'சரியான...' என்று அலுத்துக்கொண்டே அந்த சந்துக் கோடிப் பெண்ணை அணுகினான். இன்னும் பேசிக்கொண்டுதான் இருந்தாள். இன்னும் சைக்கிள் ரிக்ஷாதான்! பேசிக் கொண்டிருந் தவன் அவளுக்கு ரொம்ப ஆப்தன் போலத் தெரிந்தது. அவள் அடிக்கடி சிரித்துக்கொண்டு அடிக்கடி தலையைக் கலைத்துக்

கொண்டிருந்தாள். வேளைக்கு அசந்தர்ப்பமாக பவுடரை வாரிப் பூசிக்கொண்டிருந்தாள். உதடுகளைப் பெரிதாக்கி ரத்த நிறத்தில் லிப்ஸ்டிக் அணிந்து கண்ணாடி நகை அணிந்திருந்தாள். தலையைச் சின்னதாகப் பின்னி பூவட்டம் வைத்திருந்தாள். நெற்றி நிறையப் பொட்டிட்டிருந்தாள். உடம்பில் பொதுஜன சேவை தென்பட்டது. எதையோ கடித்துக்கொண்டிருந்தாள். கிட்டப் போய்ப் பார்த்தில் சோளக் கொண்டை என்று தெரிந்தது. கட்டியிருந்த நீலச் சீலை, எதையும் பாக்கி வைக்காமல் மார்பைக் காட்டிக்கொண்டிருக்க அதைப் பார்த்துக்கொண்டே பீடி பிடித்துக் காத்திருந்தான் ஒருவன்.

வஸந்த் அவன் அருகே சென்று 'தீப்பெட்டி இருக்குதுங்களா?' என்றான்.

அவன் தன் பக்கவாட்டுப் பையிலிருந்து எடுத்துத் தர வஸந்த் அதைப் பற்ற வைத்துக்கொண்டே அவர்கள் இருவரையும் ஓரக்கண்ணால் பார்த்தான்.

'அப்புறம் என்னாச்சுங்கிற? ரித்தாப்பு இருக்காம் பாரு. அவென் சீப்பிரியா மேல கைப் போட்டுர்றானா, அவ நவத்தால கீறிப் புட்டா. என்னா, அந்தாளு நம்மையே பார்த்துக்கிட்டு இருக்காரு.'

'போய் வெசாரி!'

'ரிக்ஷா சவாரி போவுதாய்யா?'

'எங்க போவணும்?'

'வீட்டுக்குத்தான்.'

'வீடு எங்கே?'

'அது ஏன் உனக்கு? கார்ல வந்திருக்கம்.'

'திருப்பிக் கொணாந்து விட்டுருவியா?'

'ஆமா!'

'நைட்டா?'

'இல்லை.'

'எடு துட்டை.'

வஸந்த் எடுத்து அவன் கையில் அழுத்தினான்.

'இன்னாது ஒத்தை நோட்டு?'

'ரேட்டே அதான்யா?'

'ஆ... சீமெண்ணெய் என்னா விலை?'

'இந்தா' என்று மற்றொரு நோட்டை எட்டாக மடித்து அழுத்தி விட்டு ரிக்ஷாவில் உட்கார்ந்துகொள்ள 'ஏய்! இன்னா நச்சு நச்சுன்னு பேச்சு, பொயப்பைப் பாரு.'

'செத்த இரு அண்ணே! போய் வந்து மிச்சத்தையும் சொல்லிட றேன்.'

'இருக்கேன். எனக்கு இன்னா வேலை?'

அந்தப் பெண் வஸந்தைப் பார்க்காமல் அவனருகில் உட்கார்ந்து கொண்டாள். 'இன்னாடாது சாயங்காலமே கிராக்கி, வேலை பொளுது இல்லாமப் போயிருச்சே!' என்று காக்கிக் குடையை விரித்தாள்.

வஸந்த் அருகில் எட்டணா பவுடர் வாசனை அடித்தது. படாமல் உட்கார்ந்துகொண்டான்.

'பைசா வாங்கிட்டியா?'

'வாங்கியாச்சு.'

'யோவ் போ.'

'எங்க? கிரீன் லாட்ஜுக்கா?'

'இல்லை காராம்.'

'அடி சக்கை! பெரிய மன்சங்க. இன்னாய்யா உன் பேரு?'

'வஸந்த்!'

'எம் பேரு என்னாங்கறே?'

'இதுக்கெல்லாம் பேரு எதுக்கு?'

'எங்க கூட்டிப் போற?'

'அதான் சொன்னேனே காருக்கு.'

'திருப்பிக் கொண்டாந்து உட்டுருவியா?'

'உட்டுர்றேன்!'

'கார்ல சவுரியமாவா இருக்குங்கறே?'

'எல்லாம் பார்த்துக்கலாம், நேரப் போய்யா.'

'அய்யா பாலந் தாண்டி வர மாட்டேங்க.'

'இங்கதான்யா முக்கில இருக்கு.'

வஸந்த் மூச்சுக்குள் திட்டிக்கொண்டிருந்தான். இந்த மாதிரி கிராக்கிகளை எல்லாம் தள்ளிட்டு வரவேண்டியிருக்கிறது. காருக்கு பக்கத்தில் நிறுத்த, உள்ளே ஸ்டியரிங்கில் இருந்த கணேஷை மட்டும் பார்த்து அவள், 'அய்ய! ரெண்டு பேருன்னா வரலைய்யா, அதும் காருக்குள்ளே.'

'இன்னா வாத்தியாரே, ஓராளுன்னு நினைச்சுட்டு இட்டாந்தேன்.'

'உள்ளே இன்னொரு பொண்ணு இருக்குய்யா' என்றான் 'நிருபமா!'

'நிருபமா வெளியே வந்து 'கூட்டிட்டு வந்துட்டீங்களா? கிரேட்! வாம்மா!' என்றாள்.

'அப்பன்னா சரிதான்' என்ற சைக்கிள் ரிக்ஷாக்காரன், 'திரும்பி இங்கேயே இட்டாந்து விட்டுரு. ராத்திரி எந்நேரமானாலும் சரி, நான் காத்துக்கிட்டு இருப்பேன்.'

'நீ போய்யா, நான் பாத்துக்கறேன். குளந்தை அளுதுதுன்னா, 'தா வந்துரும் ஆத்தா'ன்னு சொல்லிப்போடு. முட்டாய் வாங்கிட்டு வரேன். சீமான் முட்டாய் கொடுப்பாரு.'

சைக்கிள் ரிக்ஷாக்காரன் போனதும் அந்தப் பெண் பின் சீட்டில் ஏறிக்கொண்டாள். கணேஷ் மௌனமாக காரைச் செலுத்தினான், 'எங்க போகலாம்?'

'பீச்சாண்டை போயிரு. இருட்டா இடம் இருக்கு. சொல்றேன்.'

'எங்க ரூமுக்குப் போயிரலாமே.'

'ரெண்டு ரூம்பு இருக்கா? இருந்தா சரி, இன்னாம்மா இன்னா பேரு உன்னுது?'

‘என் பேர் நிருபமா, உன் பேர் என்ன?’

‘நல்லாயிருக்கே! நான்கூட மாத்திக்கிட்டேன். எம் பேரும் நிருபமாதான்!’

நிருபமா சிரித்து ‘ஹௌ ஸ்வீட்’ என்றாள்.

‘இங்கிலீசு தெரியுமா? ஆமா, உன்னையை நான் இந்தப் பேட்டையிலே பார்த்தில்லையே, புச்சா நீயி?’

யாரும் பதில் பேசவில்லை, எக்கச்சக்கம்.

‘யோவ் டைவரு! ஒரு முட்டாய்க் கடையாண்டை நிறுத்து. புள்ளைக்கு இனிப்பு வாங்கிப் போகணும். நாலு வயசு பொட்டைப் புள்ளை. ஆத்தான்னா உசிரு. இன்னா சொல்றே, பார்ட்டி எப்படி, நம்பிக்கைதானே? பணம் வாங்கிட்டல்ல?’

‘நீ என்ன சொல்றே?’

‘நிரு! ப்ளே இட் பை தி இயர். ஷி திங்க்ஸ் யூ ஆர் ஆல்ஸோ ஒன் லைக் ஹர்!’

‘இன்னாம்மா இங்கிலீசு பேசுவியா? உன்னை மாதிரி படிச்ச குட்டிங்களெல்லாம் எனக்குப் போட்டியா வந்து பொயப்புல மண்ணைப் போடறீங்களே? எங்க கூட்டிப் போற சேட்டு?’

கணேஷ் மிகவும் அவஸ்தைப்பட்டுக்கொண்டிருந்தான். அந்தப் பெண்ணுக்கும் நிருபமாவுக்கும் பாஷை வித்தியாசத்தால் செய்தித் தொடர்பில் சிரமம் இருந்தது.

‘உம் பேர் சொல்லலியே!’

‘என் பேரா, ராஜாத்தி!’

‘ராஜாத்தி! ஹௌ ஸ்வீட்!’

‘ஒன்னைய மாதிரித்தான் நெல்ல பேரா வெச்சுக்கணும் அப்படின்னு ரொம்ப நாளா வீட்டுக்காரர்கிட்ட சொல்லிக் கிட்டிருக்கேன்!’

‘உனக்குக் கல்யாணம் ஆயிருச்சா?’

‘உம்! ரெண்டு முறை! இன்னா பாக்கறே? யோவ் வெளக்கைப் பொத்துய்யா கார்ல. எல்லாரும் பாத்துக்கிட்டே வரணுமா இன்னா?’

‘இந்தப் பொடவை எங்கே வாங்கின?’

‘ஏன்? நெல்லாயிருக்கா? நீ போட்டிருக்கிற கொளாயும்தான் நல்லாயிருக்கு. நான் கொயா போட்டதில்லை. ஒருவாட்டி போட்டுக்கிட்டு ஒக்காந்தேன். பின்பக்கம் தையப் பிரிஞ்சு தபால் ஆபீஸ்!’ என்று உண்டியலை உடைத்ததுபோலச் சிரித்தாள். வஸந்த் நெற்றியில் தன் உள்ளங்கையை வைத்துத் தேய்த்துக் கொண்டான்.

‘என்னாங்கறே! யோவ் யாருய்யா பஸ்ட்டு? ரெண்டு பேத்துக்கும் இடம் இருக்காது.’

‘இந்த ஸாரி நல்லா இருக்கு, எங்கே வாங்கின?’

‘ஏன்? உன் ஆசையைக் கெடுப்பானே, ஸாரி வேணுமின்னாக் களட்டிக் கொடுத்துட்டாப் போச்சு!’

‘வேண்டாம்! வேண்டாம். உடம்பிலேயே இருக்கட்டும். கணேஷ், ஐ டோண்ட் நோ ஹௌ டு ஆஸ்க் ஹர்?’

கணேஷ் சாலையில் கவனமாக, ‘இத பாரும்மா, நாங்க உன்னை... வந்து தொழில் ரீதியா உபயோகப்படுத்தப் போறதில்லை. உன்னைக் கூட்டிக்கிட்டுப் போய் சில கேள்விங்களெல்லாம் கேக்கணும், அவ்வளவுதான்!’

‘சரித்தான், நீங்க சமூக அது என்னய்யா சொல்வாங்க?’

‘சேவகர்கள்.’

‘அப்படி ஏதானும் உண்டா? காசு தருவில்ல? போட்டோ புடிப்பியா?’

‘காசு தருவேன். போட்டோ கிடையாது. இத பாரு ராஜாத்தி. இந்தம்மா இல்லை, இவங்க ஒண்ணு ரெண்டு கேள்வி கேப்பாங்க. அதுக்கு ஒழுங்கா பதில் சொல்லிட்டு போயிரலாம்.’

‘இன்னா கேள்வி?’

‘முதல்ல இந்தப் புடைவை எங்க வாங்கின?’

'இது வந்து கைத்தறி எக்ஸிபிஷன் நடந்ததே அங்கதான் வாங்கினேன். நானும் காவேரியும் போயிருந்தமா, அப்பத்தான் வாங்கினோம்.'

நிருபமா பதற்றத்துடன், 'காவேரியும் ஒண்ணு எடுத்துக்கிட் டாளா?'

'ஆமா! உனக்கு எப்படித் தெரியும்?'

நிருபமா கணேஷின் முதுகைத் தட்டி, 'டின்ட் ஐ டெல் யூ?' என்றாள். 'இத பாரு ராஜாத்தி காவேரி எங்க இப்ப?'

'கொஞ்ச நாளாக் காணோம். வேற பேட்டைக்குப் போயிருச்சோ என்னவோ? இல்லை ஊருக்குப் போயிருக்கும்.'

வஸந்த் சற்று ஆச்சரியப்பட்டு கணேஷின் பக்கம் திரும்பிப் பார்த்த அதே சமயம் கணேஷும் அவனைப் பார்த்தான். அவன் முகத்திலும் வியப்பு.

'காவேரி எங்க இருக்கா தெரியுமா உனக்கு?'

'ஊருக்குப் போயிருக்கான்னுதான் நெனைக்கிறேன். பத்து நாளா ஆளு அம்பேலு. இல்லை யாராவது தெலுங்குக்காரங்க வாரத் துக்குப் பேசி அளைச்சிட்டுப் போயிருப்பாங்க. சொல்லமுடியாது.'

'ராஜாத்தி, அந்தப் பொண்ணு குடியிருக்கிற வீடு தெரியுமா?'

'இங்கதான். சிந்தாதிரிப்பேட்டையில வாய்க்காலுக்குப் பக்கத் தில.'

'ராஜாத்தி, நீ தந்தி பேப்பர், மாலை முரசு, மலர் ஏதாவது படிப்பியா?'

'அதுக்கெல்லாம் எனக்கு எங்கய்யா நேரம்? உங்கிட்ட எதுக்கு பொய் சொல்லணும். எனக்கெல்லாம் எதுக்கய்யா படிப்பு? எனக்கு படிக்கத் தெரிஞ்சது பூரா, சின்னப் பிள்ளைல இருந்து, ஆம்பிளைங்க கண்ணைத்தான்! என்னம்மா நீ படிப்பியா கண்ணு?'

'அந்த காவேரியைப் பத்தி இன்னும் விவரம் வேணுமே?'

'அவளைப் பத்தி என்ன? ஒண்ணும் கிடையாது! சந்து சந்தா இருக்கிற எத்தனையோ பொண்ணுங்கள்ள ஒருத்தி. அப்பப்ப கொஞ்சம் சிநேகம். சண்டை போட்டுப்பம். சிரிச்சுக்குவம்.'

‘அவளுக்கு வயசு என்ன இருக்கும்?’

‘சின்னப் பொண்ணுதான். இப்ப எனக்கு இன்னா வயசுங்கிற? இருபத்தி ஒண்ணுதான். அதுக்குள்ளே ரெண்டு கல்யாணம் ஆயி கைல குளந்தை. யோவ் எங்கயாவது முட்டாய் கடையில நிறுத்துய்யா.’

‘காவேரி உன்கூட வருவாளா அடிக்கடி?’

‘தொளில்னா தனித்தனியாப் போயிருவோம், இந்த மாதிரி, எக்ஸிபிஷன், சினிமா இப்படிப் போனாத்தான் சேந்துப்போம். இந்தி சினிமா நிறையப் பாக்கும்.’

‘காவேரி எப்படி இருப்பா சொல்லு?’

‘நீ பாத்ததில்லையா?’

‘பாத்திருக்கேன், சொல்லு?’

‘வட்டமா முகம்.’

‘மூக்கு குத்தியிருக்குமா?’

‘ஊம்.’

‘குத்தி கல்லு வெச்சிருக்குமா?’

‘அது எதையாவது கண்டதை வாங்கி மாட்டிக்கும். ஓட்டை எங்க இருந்தாலும் அங்க ஒரு நகையை மாட்டிக்கும், எல்லாம் பிச்சிலி நகை. எக்ஸிபிஷன்ல நாலணா பத்துப் பைசாவுக்கு வாங்கிப் போட்டுக்கும். நீ போட்டிருக்கியே தங்கமா?’

‘காவேரியோட போட்டோ பாத்தா நீ அடையாளம் கண்டுப்பியா?’

‘போட்டோ வேற புடிச்சிக்கிட்டிருக்காளா?’

‘காவேரி எங்க இப்ப?’

‘எங்கேயாவது ஊருக்குப் போயிருக்கும்னு சொன்னேனே!’

‘அவ ஊரு எது?’

‘அது என்னவோ தெரியாது.’

‘அவங்க அப்பா அம்மா யாராவது கூட இருக்காங்களா?’

‘எங்க? இங்கயா?’ ராஜாத்தி ஹ௯ என்று சிரித்துவிட்டு அம்மா அப்பாவை வெச்சிக்கிட்டு யாராவது இந்தத் தொளில் பண்ணு வாங்களா? கேக்கற பாரு!’

‘ராஜாத்தி எனக்கு காவேரியைப் பாக்கணுமே!’

‘நாளைக்கு வந்தா சொல்றேன்.’

‘அவ இருக்கிற எடத்துக்கு என்னைக் கூட்டிப் போவியா?’

‘எப்ப? இப்பவா?’

‘இப்பத்தான்!’

‘கொஞ்சம் இரு. இவங்களைக் கவனிக்க வேண்டாமா?’

‘வேண்டாம்’ என்றான் வஸந்த்.

‘அப்ப ஆட்டம் கிடையாதா? வெத்தா பேசிக்கிட்டிருக்கத்தான் சைக்கிள் ரிக்ஷால, காரில எல்லாம் கூட்டிட்டு வந்தீங்களா?’

‘அந்தப் பெண்ணோட வீட்டைக் காட்டினா இன்னும் பணம் தருவோம்!’

‘எத்தனை?’

‘அட தருவோம்னு சொன்னா?’

‘சரி, சில்லறையாகக் கிடைச்சாக்கூட பரவாயில்லை. போணியா யிருச்சுன்னா சரி. யோவ் ரிக்ஸாக்காரங்கிட்டே எத்தனை கொடுத்தே?’

‘இருபது ரூபா, சரி போகலாமா?’

‘வா, கூட்டிக்கிட்டுப் போறேன். நான்கூட காவேரியைப் பாத்து ரொம்ப நாளாயிட்டுது. எப்படி தொளில் எல்லாம் நடக்குதுன்னு கேக்கணும். நிசம்மாத்தான் சொல்றீங்களா? உங்க ரெண்டு பேத்துக்கும் வேண்டாமா? காசக் கொடுத்திட்டு சும்மாத்தான் போறீங்களா?’

‘ஆமா.’

‘உளைக்காம சம்பாதிக்கிறதுக்கு எனக்கு என்னமோ போல வருதுய்யா. பரவாயில்லை. சீமாங்க நோட்டை விடறீங்க. அடிக்கடி வந்துட்டு இருந்தா செரி. கொஞ்சம் நிறுத்துய்யா.’

கணேஷ் அலுத்துக்கொண்டு நிறுத்தினான். அவள் இறங்கினாள்.

'இப்ப இவ காட்டற வீட்டுக்குப் போயே ஆகணுமா நிருபமா?'

'ஆரம்பிச்சோம், முடிச்சுரலாமே!' ராஜாத்தி ரொட்டிக் கடையாண்டை நின்று அந்தக் கடைக்காரருடன் சிரிப்பாகப் பேசி பொட்டலம் கட்டி வாங்கிக்கொண்டாள். அவர்களை நோக்கி வந்தாள். ரொட்டிக்காரர் அவர்களை நிழலாகப் பார்க்க ராஜாத்தி மறுபடி வந்து ஏறிக்கொள்ள 'காரா பன்னும் பிஸ்கோத்தும் குளந்தைக்கு ரொம்ப இஷ்டம். மொச்சு மொச்சுன்னு சாப்பிடுவா.'

நிருபமா, 'உன் பொண்ணு பேர் என்ன?' என்றாள்.

'செரியாப் பேர் வெக்கலை. குட்டின்னு பேர் வெச்சிருக்கேன்.'

'அப்பா இல்லையா?'

'இருக்காரு. யாருன்னு கொஞ்சம் சந்தேகமா இருக்கு' என்றாள்.

நிருபமா சட்டென்று மௌனமானாள். 'இன்னாய்யா பாக்குறே? இதுக்கு மத்தில குளந்தையை எப்படி வளத்தேன்னா? பொட்டைக் குட்டி இல்லை? பிற்காலத்தில் உபயோகமா இருக்காதா?'

'சேச்சே! அதைப் பள்ளிக்கூடத்துக்கு அனுப்பிரணும் நீ!'

'அய்யய்யே, அதெல்லாம் வேண்டாம். இங்கதான் திரும்பிக்கய்யா.'

அவள் திரும்பச் சொன்ன இடத்தில் தாழ்வாக ஒரு மாடிக் கட்டடம் சற்று நீட்டமாக இருந்தது. பக்கவாட்டில் மரப்படிகள் தெரிந்தன. வருகிற சனிக்கிழமைக்குள் உதிர்ந்துவிடும்போல் படிகள், வரிசையாக அறைகள், பலவற்றில் சாக்குத் திரைகள் தொங்கின. தெரு விளக்கில் பாவாடைச் சிறுமிகள் ஓடிப் பிடித்து விளையாடிக்கொண்டிருந்தார்கள். ஒரு பட்டம் எலக்டிரிக் கம்பத்தில் ஊசலாடிக்கொண்டிருந்தது. மூலையில் எருமை கட்டியிருந்தது. பளபள என்று தலைவாரிக்கொண்டு ஒருத்தன் புதிய சைக்கிளில் புறப்பட்டுக்கொண்டிருந்தான். அவர்கள் காரில் வந்து இறங்கினது அந்த இடத்துக்கு வினோதமாக இல்லை. ராஜாத்தி துள்ளி இறங்கி, 'சின்னம்மா, சின்னம்மா'

என்று மாடி நோக்கிக் கூப்பிட்டாள். 'என்னவாம்? யாரது?' என்று புகை படர்ந்த ஒரு வாசலிலிருந்து பதில் வந்தது.

'காவேரி இருக்காளா?'

'இங்க வல்லியே, ரூம்புலதான் இருக்கும்.'

'வெளியில இல்லையே?'

'எங்கயாவது வெளியே போயிருக்கும்.'

'எப்ப வரும்?'

'எனக்குத் தெரியாது. நான் அதைக் கொஞ்ச நாளாவே பாக்கல்லே.' சின்னம்மா வெளியே வந்தாள். அவள் கையில் ஒரு துடைப்பம் இருந்தது.

'சாவி கொடுத்திருக்காளா?'

'அது என்னவோ பாக்கறேன்' என்று உள்ளே போனாள் சின்னம்மா.

'இதுதான் காவேரி இருக்கிற இடம்.' கார்ப்பரேஷன் பிரதேசத் தோடு ஒட்டிய தாழ்ந்த கதவில் சாக்கட்டியால் என்னமோ எழுதியிருந்தது. தெருவிளக்கு மங்கலாகப் படிந்திருந்தது. சின்ன தாகத் தடுக்கப்பட்ட அறை 'எ' போல் இருந்தது. அறை என்பதை விட இதை கான்கிரீட் குடிசை என்றுதான் சொல்லவேண்டும். சர்க்கார் அழகான உத்தேசங்களுடன் குடிசை மாற்றுக்காகக் கட்டி ஏழைகளுக்குக் கொடுத்தது, பற்பல கைமாறி பற்பல நடவடிக்கைகளுக்காக பயன்படுவதுபோல் தோன்றியது. சின்னம்மா மேலே இருந்து சாவி எடுத்துப் போட்டாள். 'அவ வந்தா குடுத்துருவியா?' என்றாள். ராஜாத்தி 'சரி' என்று சாவியைப் பொறுக்கிக்கொண்டு கதவைத் திறந்தாள். பூட்டு ஒன்றும் அவ்வளவு பெரிசாக இல்லை.

வஸந்த் சாவி இல்லாமலேயே திறந்திருப்பான். திறந்ததும் விளக்கு ஸ்விட்சைப் போட ராஜாத்தியின் பின் நிருபமா ஆர்வத்துடன் நுழைந்தாள். ஒரே ஒரு அறை. மேஜை நாற்காலி எதுவும் இல்லை. ஓரத்தில் ஒரு பானை வாய் மூடி மண் வட்டத்தில் உட்கார்ந்திருந்தது. சுவரில் சரிதா போட்ட காலண்டரும் பத்துக்கு அஞ்சு அகலம் கண்ணாடியும் இருந்தன.

கொடியில் சில புடைவைகளும் உள்ளாடைகளும் தொங்கின. சத்ய சாயிபாபா படம் சின்னதாகப் பிறையில் இருந்தது. பல இடங்களில் மூட்டைப் பூச்சிகளை நசுக்கினதற்குச் சாட்சியாக ரத்தக் கறைகள் இருந்தன. ஓலைப்பாயில் படுக்கை சுருட்டி வைக்கப்பட்டிருந்தது. அலமாரியில் புத்தகங்கள் பத்திரிகைகள் சிலவும், இன்லண்ட் லெட்டர்களும் அடுக்கியிருந்தன. போன வருஷத்து காலண்டர் ஒன்று அதன் அடியில் கன்றுக்குட்டி கிருஷ்ணனுக்காக தொங்கிக்கொண்டிருந்தது.

'இதான் அவ ரூமு. கொஞ்ச நாள் நானும் அவளும் சேர்ந்து இருந்தோம். அப்புறம் இடம் பத்தலை. ரெண்டு பேத்துக்கும் சேர்ந்தாப்பல வந்துட்டா கஷ்டமாய்டுதுன்னு நான்தான் துரைராஜ் கூடப் போயிட்டேன். காவேரி தனியாத்தான் இருக்குது!'

'நீ அவளை எப்பக் கடைசியாப் பாத்தே?'

'சொன்னேனே, ரொம்ப நாளாச்சுன்னு...'

வஸந்த் நிருபமாவிடம் 'கடுதாசியெல்லாம் பார்க்கக்கூடாது. நாம உள்ள வந்ததே ட்ரெஸ்பாஸ் தெரியுமா?'

'வஸந்த்! இவதானே பல நாளாக் காணோம்ங்கிறாள்!' என்றாள் நிருபமா. அலமாரியில் பாதி எழுதப்பட்ட கடிதம் ஒன்று இருந்தது.

'அவளுக்கு எழுதப் படிக்கத் தெரியுமா?'

'ஊம், தமிள் நல்லாவேப் படிக்கும். எனக்கு வர கடுதாசி எல்லாம் அதான் படிச்சுச் சொல்லும்.'

அவள் பார்க்காதபோது நிருபமா அந்தக் கடிதத்தை மார்புக்குள் ஒளித்து வைத்துக்கொண்டதை வஸந்த் பார்த்துவிட்டு, 'யூ காண்ட் டூ தட்!' என்றான்.

'ஷட் அப்! அவ சொந்த ஊரு எது?'

'அதுதான் தெரியாதுன்னு சொன்னேனே?'

'பின்ன எப்படிப் பழக்கம்?'

'தொழில்லதான். தங்கவேல் அண்ணன் ரெண்டு பேத்தையும் பாத்துக்கிட்டு இருந்தாரு. கிராக்கி பிடிச்சுக் கொடுத்துக்கிட்டு இருந்தாரு. சமீபத்தில்தான் பிரிஞ்சிட்டோம்.'

புத்தகங்கள் அத்தனையிலும் மாயாஜாலங்கள் இருந்தன. வஸந்த் அந்தப் புத்தகங்களை மேம்போக்காகப் பார்த்துக் கொண்டிருந் தான். மஞ்சள் மோகினி, இரவு இருள் இந்திரா, ரத்தம் கக்கும் சத்தம் போன்று குறைந்த விலைக்கு ரத்தம் சிந்தும் புத்தகங்கள். அம்புலிமாமா, ரத்னபாலா போன்ற பத்திரிகைகள், பறவை உலகம் நேஷனல் புக் சென்டர் வெளியிட்டது. பறவை உலகமா! வஸந்த் அதை எடுத்துப் பிரித்தான். 'டு ஆதித்யா ஃப்ரம் மஞ்சு 24/8' என்று முதல் பக்கத்தில் எழுதியிருந்தது. புரட்டினான். 'இது கனத்த அலகுடன் புல் நிறப் பச்சை உடலும் ரத்தச் சிவப்பு நிற மார்பும் முன் தலையும்... மஞ்சள் கழுத்தும்...'

'வஸந்த் போகலாமா?'

'அவ வந்தாச் சொல்றேன். உனக்கு காவேரியைத் தெரியு மாம்மா?'

'இல்லை பாத்திருக்கேன்.'

'எங்க?'

'மவுண்ட்ரோட்டாண்டை கூவம் நதிக்கரையிலே.'

'எங்க கூப்பிட்டாலும் வருவா. இப்படித்தான் ஒரு ஆளு நேப்பாளத்துக்கு கூப்பிட்டான்னு போயிட்டா. அவன் என்னடான்னா பிட்ர குண்டால வுட்டுட்டான். பத்து நாள் களிச்சு திரும்பி வந்தா! சொல்றேன், காவேரி வந்தா சொல்றேன். 'கூவத் துல சந்திச்சவங்க மறுபடி வந்து போயிருந்தாங்க, உம்மேலே இஸ்டப்பட்டு உன் ஊட்டு வரைக்கும் கொணாந்து காட்டச் சொன்னாங்க'ன்னு சொல்றேன். விளக்கை அணைச்சுரவா?'

வெளியே வந்ததும் 'குடுத்த காசுக்கு கையையாவது புடிச்சுட்டுப் போ' என்று வஸந்தின் மணிக்கட்டைப் பற்றிப் பச் என்று முத்தம் கொடுத்தாள். வஸந்த் கையை தூரத்தில் வைத்துக்கொண்டே காரில் ஏறினான். நிருபமா பின் சீட்டில் ஏறிக்கொள்ள கணேஷ் புறப்பட்டு 'இன்னிக்கு அட்வெஞ்ச்சர் போதும்னு நினைக்கிறேன்' என்றான்.

'கணேஷ்! அந்த வீட்டில் சத்தம் போடாம பாத்துக்கிட்டிருந்தீங்க. என்ன கவனிச்சீங்க?'

'நீங்க என்ன கவனிச்சீங்க, சொல்லுங்க பாக்கலாம்.'

'கடிதங்கள் பாத்தேன். ஏழெட்டு இருந்தது. அதில் எதிலாவது ஃப்ரம் அட்ரஸ் இருக்குமான்னு பாத்தேன். இல்லை, ஆனா அவ ஊரு புதுக்குடியோ என்னவோ போட்டிருந்தது!'

'வயா சேலங்குளம்! நோட் பண ்ணிக்கிட்டேன்!' என்றான் வஸந்த்.

'வேற என்ன பாத்தே வஸந்த்?'

'அலமாரியிலே புத்தகங்கள், பத்திரிகைகள் சில இருந்தன.'

'அதில் பறவை உலகம். கொஞ்சம் உறுத்தியது இல்லையா?'

'கவனிச்சிட்டீங்களா?'

'இந்தக் காவேரிதான் அந்தப் பொண்ணு! எனக்கு நிச்சயமாத் தெரியுது.'

'எப்படி?'

'பதினைஞ்சு நாளா காணோம் என்கிறாங்க. பார்த்தா யாரும் கேட்பார் இல்லை. தனியா இருக்கிற பொண்ணு. ஸ்ட்ரீட்வாக்கர் போல இருக்கு. காணாமப் போனாக்கூட கவலைப்படறதுக்கு ஆள் கிடையாது. இல்லையா? எல்லாம் பொருந்துது. அந்தப் புடைவை, அதே கலர்ல அதே பாட்டர்ன் புடைவை! இவளும் எடுத்திருக்கா. பேப்பர்ல வந்த போட்டோவைக் கொண்டு வந்திருக்கணும்.'

'பேப்பர்ல வந்தது சரியாவே விழலை. அதைக் காட்டி யாரும் அடையாளம் கண்டுபிடிக்கவே முடியாது.'

'சரி, ஆள் யாருன்னு கண்டுபிடிச்சிட்டீங்க இல்லை? எங்களை ஆளை விடுங்க! நாங்க கழண்டுக்கறோம். ஒரு நாளைக்கு நிறையவே பாத்தாச்சு!'

'கணேஷ், வஸந்த்! உங்க ரெண்டு பேருக்கும் எப்படி தாங்க்ஸ் சொல்றதுன்னே தெரியலை. உங்களுக்கு ரொம்ம்ம்ப டிரபிள் கொடுத்திட்டேன். என்னை எப்பவும்போல ஸ்பென்ஸர் பக்கத்தி லேயே விட்டுருங்க.'

'உங்க வீடு எங்க இருக்கு?'

'வீடு இல்லை, ஒரு பிரைவேட் ஹாஸ்டல்ல இருக்கேன். பெண்கள் ஹாஸ்டல்.'

வஸந்த், 'பாஸ்! கொண்டு விட்டுட்டு வந்துரலாமே,' என்றான்.

'கேர்ள்ஸ் ஹாஸ்டல்னதும் வஸந்துக்கு திடீர்னு உற்சாகம் பாருங்க! ஸாரி, நீங்க வாட்ச்மேனைத்தான் பார்க்க முடியும். அதுவரைக்கும்தான் உள்ளே விடுவாங்க.'

'மேலும் நமக்கு ஆடிட்டரைப் பார்த்தாகவேண்டிய வேலையிருக்கு.'

'ஆமாமாம். மறந்தே போயிட்டேன்.'

'எனக்கு ஆர்டஸ் காலேஜில் இருந்து ஸ்ட்ரெயிட்டா பஸ் இருக்கு. நான் போயிக்கறேன்.'

நிருபமாவை உதிர்த்துவிட்டுக் கிளம்பியதும் வஸந்த் காரில், 'என்னுடைய சிறுவயது ஃபான்டஸி என்ன தெரியுமா பாஸ்? லேடீஸ் ஹாஸ்டல்லே டீ கொடுக்கிற சின்னப் பையனா இருக்கேனாம். அந்தப் பொண்ணுங்கள்ளாம், 'அப்பு இங்க வா', 'அப்பு இங்க வா'ன்னு கூப்பிட்டுக்கிட்டே இருக்காம். ஒரு நா நாலு பொண்ணுகிட்ட மாட்டிக்கிட்டு மூச்சுத் திணறிப் போய்...'

'இந்தப் பொண்ணு இந்தக் கேஸை விடாது. அந்த ஊர்லே போய் விசாரிக்கப் போகுது பாரு.'

'கொஞ்சம் பிடிவாதம் இருக்கு. லேடி சப்-இன்ஸ்பெக்டருக்கு நல்ல காண்டிடேட்!'

'ஐ டோண்ட் திங் ஸோ. கொஞ்சம் செண்டிமெண்ட்டல். பொசுக்குன்னு அழுதது பாரு.'

'அதே சமயம் தைரியமா சந்து பொந்தெல்லாம் நுழையறா பாஸ்! கொஞ்சம் இடுப்பு பெரிசில்லே?'

கணேஷ் மௌனமாக இருக்க, 'இடுப்பு பெரிசா இருந்தா என்ன? முதல் பிரசவம் சுளுவா இருக்கும்.'

கணேஷ் அவனை ஒரு கணம் முறைத்துப் பார்த்துவிட்டு 'விமோசனமே இல்லாத பயடா நீ. ஆமா, எப்படி அவ்வளவு சாதுர்யமா அந்தப் பொண்ணை பிக் அப் பண்ணிக்கிட்டு வந்த? முன் அனுபவமா?'

'கேப்பீங்க, தெரியும் பாஸ். எனக்கு முன் அனுபவம் எல்லாம் சுத்தமா கிடையாது.'

'பின் எப்படி டான்னு சைக்கிள் ரிக்ஷாவிலே கூட்டிக்கிட்டு வந்து நிக்கறே?''

எல்லாம் ஃப்ரண்ட்ஸ் சொன்னதுதான். கேள்வி ஞானம். பாஸ் காலைல காஷ்மீரா ஸிங் வர்ஸஸ் ஸ்டேட் ஆஃப் மத்ய பிரதேஷ் கேஸ் ஏஐஆர் 1962-ல் ரிப்போர்ட் ஆயிருக்கு, அக்யூஸ்ட் கன்ஃபெஸ் பண்ண கேஸ் ஒண்ணு வருது.'

'ஓ எஸ், நாளைக்கு பெரியண்ணன் கேஸ் ஹியரிங்குக்கு வரதுல்ல?'

'மார்ல எடுத்து ஒரு லெட்டரை ஒளிச்சு வெச்சுக்கிட்டா பாத்தீங் களா?'

'அவ என்னவோ பண்ணிட்டுப் போகட்டும். இனிமே அவளைச் சந்திக்கப்போறோம்னு நெனைக்கலை.'

பெரியண்ணன் கேஸ் ஹியரிங்குக்கு வந்ததில் அவர்கள் மற்ற எல்லாவற்றையும் மறந்துபோய் விட்டார்கள். பெரியண்ணன் ப்ரொக்யூர்மெண்ட் இன்ஸ்பெக்டராக இருந்தபோது நாகரத்தினம் என்ற மேல் அதிகாரி கொடுத்த ஆணைக்கு எதிராக தன் நண்பரான ஒரு மிராசுதாருக்கு ரைஸ் மில்லில் அரிசி பாலிஷ் பண்ண அனுமதித்ததை நாகரத்தினம் கமிஷனரிடம் ரிப்போர்ட் செய்துவிட, கமிஷனர் பெரியண்ணனை சஸ்பெண்ட் செய்து பிற்பாடு வேலைநீக்கமும் செய்துவிட்டார். வெகுண்ட பெரியண்ணன் மூன்று பேருடன் சேர்ந்துகொண்டு நாகரத்தினத்தைக் கொன்று, சாக்குப்பையில் போட்டு, குளத்தில் எறிந்து, கச்சா, முச்சா என்று காரியம் பண்ணியிருக்கிறான். போதாக்குறைக்கு பெரியண்ணனுடன் கூட்டாளியாயிருந்த சின்னையன் குற்றத்தை தினுசு தினுசாகச் சொல்லி பெரியண்ணன் மேல் பழி போட்டிருக்கிறான். கணேஷ் பெரியண்ணன் கேஸை எடுத்துக்கொண்டிருக் கிறான்.

'பாஸ், நிஜவாழ்க்கைச் சம்பவங்களும் கதைல வரதும் எத்தனை வேறுபடுது பாருங்க!

பெரியண்ணன் கேஸைப் பாருங்க. அரிசி பாலிஷ் பண்ணதில வந்த விளைவைப் பாருங்க!'

'வஸந்த்! அந்தப் பொண்ணை அப்புறம் நாம் பார்க்கலை இல்லை?'

'எந்தப் பொண்ணு? பெரியண்ணன் கேஸ்ல பொண்ணு எதுவும் இருக்கறதாத் தெரியலையே?'

கணேஷ் ஆறிப்போயிருந்த காபியை அவசரமாக மடக்கென்று குடித்துவிட்டு, 'வஸந்த், பெரியண்ணன் கேஸ் கொஞ்சம் போரடிக்கிறது. வா போய் விசாரிச்சிட்டு வரலாம்.'

'என்ன? யாரை?'

'அதான்டா நிருபமா!'

'ஓ குட் ஓல்ட் நிரு! அதான பாத்தேன். பாஸ், என்ன நீங்ககூட பெண்ணைச் சுத்த ஆரம்பிச்சிட்டீங்க!'

'எனக்கு அவமேல இன்டரஸ்ட் இல்லைடா. அது மேலதான்...'

'இருந்தாலும் இப்படி வலுக்கட்டாயமா நீங்க அவளைத் தேடிக்கிட்டுப் போறதைப் பார்த்தா எங்கேயோ பின்புலத்தில் கரும்பு வில் தெரியுது.'

'உளறாதே! வா.'

'அட்ரஸ் தெரியுமா?'

'தெரியும், ஒரு தடவை போன் பண்ணியிருந்தா.'

கோ ஆப்டெக்ஸ் அருகில் இருந்தது அந்தப் பெண்கள் விடுதி. வாசலில் காக்கிச் சட்டை தாத்தா கையில் கம்பும் பக்கத்தில் நாயும் வைத்துக்கொண்டிருந்தார். 'யாரு வேணுங்க?'

'நிருபமான்னு ஒரு பொண்ணு, வக்கீலுக்குப் படிக்குது.'

'பாக்க வரவங்க நேரம் முடிஞ்ச போயிருச்சே!'

'அடடா! என் அருமைத் தங்கச்சியைப் பார்க்க முடியாதுங்களா? வாங்கண்ணே போயிடலாம்.'

'கொஞ்சம் இருங்க. வார்டன்கிட்ட விசாரிச்சுட்டு வர்றேன்.'

அவன் உள்ளே போக, 'பாஸ்! ஜன்னல்ல பாருங்க!' என்றான் வஸந்த்.

கணேஷ் பார்த்தபோது சரேல் என்று ஒரு பெண் வடிவம் மறைந்தது. 'மலையாளத்துக்காரி,' என்றான்.

'எப்படிரா ஒரு நிமிஷத்துலே மலையாளம்னு சொல்றே?'

'கூந்தலை பரபரன்னு பறக்க விட்டிருக்கும். நெத்தில சந்தனம். சதுர முகம், ரூம்ல இருக்கும்போது முண்டு... எத்தனை இருக்கு!'

'இவ பாண்ட் சட்டை போட்டுக்கிட்டு இருந்தா.'

'தெரிஞ்சுருது. இல்லைன்னா ஒரு வார்த்தை இங்கிலீஷ் பேசினாலே போதும், கோளேஸ்.'

கணேஷ் சிரித்தான்.

'பெங்காலின்னா கண்ணைப் பார்த்தே கண்டுபிடிச்சுரலாம். முடியலைன்னா? கிட்ட வந்தா கடுகெண்ணெய் வாசனை வந்துரும். பஞ்சாபின்னா கொஞ்சம் புஷ்டியாகவே நம்மைவிடப் பெரிசா இருக்கும். மராட்டின்னா ஏறக்குறைய வெள்ளைக்காரன் சிவப்பு இருக்கும். சில வேளைங்கள்ள மங்களூர்காரிங்களுக்கும் கன்ஃப்யூஸ் ஆயிடும்!'

'இந்தியா மேப் வாரியா அலசியிருக்கே போலிருக்கே?'

'இதைப் பத்தி ஒரு புதுக்கவிதை இருக்கு தெரியுமோ? தேசிய ஒருமைப் பாட்டு'ன்னு.'

> 'நெஞ்சாரத் தழுவ ஒரு பஞ்சாபிப் பெண் வேண்டும்.
> சொந்தமென்று கொண்டாட சிந்திப் பெண் வேண்டும்.
> பதறாமல் முத்தமிட மதராஸிப் பெண் வேண்டும்
> பஜனைக்கோ பக்கத்தில் குஜராத்திப் பெண் வேண்டும்...'

அதுக்கப்புறம் மலையாளப் பெண் வர்றப்ப எல்லாம் விபரீதமாப் போவுது கவிதை.'

'ஹாய் கணேஷ்! ஹாய் வஸந்த்! என்ன ஆச்சரியம்? நீங்க... என்னைத் தேடிட்டு வர்றதாவது?'

'என்ன செய்யறது? ஒரு கேஸ் ரொம்ப அறுத்தது. உங்களைப் பார்த்துட்டுப் போகலாம்னு பாஸ் சொன்னார். வந்தோம்.'

‘உள்ளே லவுஞ்ச்ல உக்காந்திட்டிருக்கலாமே?’

‘பரவாயில்லை. நான் பாஸ் கிட்ட நவகவிதை சொல்லிக்கிட்டிருந்தேன். தேசிய ஒருமைப் பாட்டுன்னு நெஞ்சாரத் தழுவ ஒரு...’

‘ஏய் வஸந்த்!’

‘பஞ்சாங்கம் வேண்டும்... ராஷ்டிர பஞ்சாங்கம்! உள்ளே போகலாமா? கன்னிமாடத்தில் அனுமதி உண்டா இளவரசி? பாஸ்! நூலேணி கொண்டு வந்திருக்கீங்களா?’

‘உள்ளே வரணும்ன்னு இல்லே. அந்த கேஸ் என்ன ஆச்சு? ரொம்ப ஆர்வமா இருந்தீங்களே?’

‘இன்னும் ஆர்வம் போகலை, போன வீக் எண்ட் அவ கிராமத்துக்குப் போயிட்டு வந்தேன்.’

‘விடமாட்டீங்களே, உடும்புப் பிடின்னா...’

‘கிராமத்திலே என்ன கண்டுபிடிச்சீங்க?’ என்றான் கணேஷ்.

‘அவ அப்பா அம்மாவைப் பார்த்துட்டேன். அங்கேயும் அவ வரலையாம். ரொம்ப வருத்தமா இருந்தது கணேஷ். புவர் பேரண்ட்ஸ். மகதான் பணம் அனுப்பறாளாம் மாசாமாசம். ‘அவளுக்கு எங்கேங்க டயம் இருக்கப்போவுது. நர்சு வேலை பாக்குது. ஆஸ்பத்திரிலே கஷ்டப்பட்டு ராத்திரி எல்லாம் டூட்டி பார்த்து குடும்பத்தை காப்பாத்துது’ என்கிறாங்க. எனக்கு அழுகையே வந்துடுத்து. சின்னச்சின்ன தம்பி தங்கைங்க எட்டுப் பேரோ ஏழு பேரோ...’

‘இந்த மாதிரி கதை லைப்ரரி பூரா இருக்குதுங்க. அரங்கேற்றம் ஸிண்ட்ரோம்...’

‘அச்சில பாக்கிறதுக்கும் நேர்ல பாக்கிறதுக்கும் வித்தியாசம் இருக்கு, வஸந்த்! அந்தம்மா வெயில் நிறைய வத்தல் உலர்த்தி ‘எம்மவளை பட்டிணத்திலே பாத்தா குடுங்க’ அப்படிங்கறா. குழந்தைங்க ‘அக்கா கொடுத்தது, அக்கா கொடுத்தது’ன்னு என்ன என்னமோ பரிசுகளை எல்லாம் காட்டுதுங்க, அப்பா கண் கலங்கிப் போகிறார். ஆனா ரெண்டு பேரும் அவளைப் பட்டிணத்திலே பார்த்தில்லைன்னுதான் தோணுது. இல்லை ஒருவேளை பாத்திருப்பாங்க. அவர்களுக்கு விஷயம் தெரியுமோன்னுகூட எனக்குச் சில வேளைகளில் சந்தேகம் இருக்கு. தெரிஞ்சு

தன்னைத் தானே ஏமாத்திக்கிறாங்களோ! அந்தப் பொண்ணு போட்டோ கேட்டா ஸ்கூல்ல எடுத்த போட்டோவைக் காட்டறாங்க. கொஞ்ச நாளா பணம் வரலை. 'அவகிட்ட போய்ச் சொல்லுங்க. ஒரு புட்டி தலைவலி தைலமும் சின்னதா ஒரு ரேடியோப் பொட்டியும் அனுப்பச் சொல்லுங்க'ங்கறாங்க...'

'அடடா!'

'கேலி பண்ணாதீங்க வஸந்த்!'

'சரி கிராமத்துக்குப் போனீங்க. அப்புறம் வேறே என்ன கண்டுபிடிச்சீங்க?'

'அந்த லெட்டரை உங்ககிட்ட காட்டினேனோ? அவ பாதி எழுதி வெச்சுட்டு முடிக்காமவிட்ட லெட்டர்?'

'எங்க, அதைத்தான் எடுத்து மார்ல வெச்சுக்கிட்டீங்க! அதுக்கப் புறம் காட்டவே இல்லை.'

இப்போது சட்டைப் பையில் வைத்திருந்தாள். சட்டை நிஜமாகவே ஆண்பிள்ளைச் சட்டை. ஜீன்ஸ் தண்ணீர் கண்டு ஒரு வருஷம் ஆகியிருந்தது. முகத்தில் லிப்ஸ்டிக்கோ பவுடரோ இல்லாமல் பெண்மையை மறைக்க அல்லது மறுக்க முற்பட்டிருந்தாள்.

'போன தடவை பாத்ததுக்கு கொஞ்சம் இளைச்சிருக்கீங்க' என்றான் வஸந்த்.

'பிரா போட்டுக்கல்லை. அதுதான்' என்றாள்.

கணேஷ் பிரித்தான்.

> 'அன்புள்ள அம்மா அப்பா அவர்களுக்கு,
>
> காவேரியின் அன்பு கலந்த வணக்கங்கள். நான் இங்கு சுகமாக இருக்கிறேன். நீங்களும் அங்கு நலம் என்று நம்புகிறேன். தம்பி 0தங்கைகள் நலத்துக்கும் கடிதம் போடவும். அம்மா, நீங்கள் கேட்டபடி போன மாதம் ரூபாய் அனுப்பத் தாமதமாகி விட்டதற்கு மன்னிக்கவும். நான் இப்போது புதுசா ஒரு நல்ல மனிதரைச் சந்தித்து அவரிடம் நல்ல பாடங்கள் கற்று வருகிறேன். எனக்கு நல்ல வாழ்க்கை அமையும் என எதிர்பார்க்கிறேன். இது பற்றி விவரமாக எனது அடுத்த கடிதத்தில்.'

‘அவ்வளவுதானா?’

‘அவ்வளவுதான். அதுக்கப்புறம் எழுதவில்லை. அவர் யார் இந்த நல்ல மனிதர்? அவர் கத்துக் குடுத்த நல்ல பாடங்கள் என்ன? தெரியலை’ என்றவள் தொடர்ந்து, ‘போலீஸ் ஸ்டேஷனுக்குப் போய் விளம்பரம், பேப்பர் நியூஸ் கொடுத்ததுக்கு ஏதாவது தகவல் தெரிஞ்சுதான்னு கேட்டேன். இல்லையாம். கேஸை ஃபார்மலா க்ளோஸ் பண்ணிட்டு பாடியை இந்நேரம் புதைச் சிருப்பாங்கன்னு தோணுது. இத்தோட... கேஸ் நின்னுபோச்சு!’

‘அப்படியா?’

‘அவ யாரைச் சந்திச்சா, என்ன பாடம் கேட்டான்னு தெரிஞ்சு துன்னா இன்னும் கொஞ்சம் விவரங்கள் கிடைக்கும்.’

‘இப்ப இன்னும் இதில உங்களுக்கு இன்ட்ரஸ்ட் இருக்குதுன்னு சொல்லுங்க.’

‘ஆமா! நான் இதை என் உயிருள்ளவரைக்கும் விடமாட்டேன். இப்பல்லாம் இதுதான் எனக்கு ஹாபி. புத்தகம் படிக்கறதில்லை. பிக்சர் போறதில்லை. ஒரு ஃபைல் ஓப்பன் பண்ணிட்டேன். நியூஸ்பேப்பர் கட்டிங், போஸ்ட்மார்ட்டம் ரிப்போர்ட் எல்லாத்தையும் ஃபைல் பண்ணிட்டிருக்கேன். நீங்க கொஞ்சம் உதவி செஞ்சா நல்லாயிருக்கும். ஆனா நீங்க ரொம்ப பிஸியா இருக்கீங்கன்னுதான் உங்களைத் தொந்தரவு பண்ண விரும்பலை.’

‘உங்களுக்கு என்ன வேணும்?’

‘அந்த ‘நல்ல மனிதர்’ யாரு? அவர் சொன்ன ‘நல்ல வார்த்தைகள்’ என்ன?’

‘பார்க்கலாம். கண்டுபிடிக்க முயற்சி பண்றேன்.’ பேசிக் கொண்டிருக்கையில் மரத்தருகில் சில வினோதமான சப்தங்கள் கேட்க அதனால் வசீகரிக்கப்பட்ட நிருபமா ‘அத பாருங்க! ஆச்சரியம். இந்த சீசனுக்கு கொஞ்சம் முன்னாடியே வந்துடுத்து. மழை பெய்ததோல்லியோ?’

‘என்னது?’

‘வஸந்த்! அந்தப் பறவை என்னன்னு சொல்ல முடியுமா?’

‘குருவி.’

'பாமரத்தனமா சொல்லாதீங்க. கணேஷ் நீங்க சொல்லுங்க...'

கணேஷ் அந்தப் பறவையைப் பார்த்தான். சற்று தூரத்தில் சமவெளிப் பரப்பில் அட்டகாசமாக டூடிட் என்று கத்திக்கொண்டு காக்கை ஒன்றைச் சத்தம்போட்டே விரட்டிக்கொண்டிருந்தது.

முதுகில் தாமிர நிறமாக, கௌதாரிப் பருமன் இருந்தது.

'ரெட் வாட்டில்ட் லாப்விங்குன்னு பேரு, ஆள்காட்டிக் குருவி.'

அவள் ஆச்சரியத்துடன், 'உங்களுக்குப் பறவை உலகத்தில் இண்ட்ரஸ்ட் உண்டா?'

'ஏதோ கொஞ்சம்! இந்தக் குருவி சமவெளிலதான் முட்டை யிடும், தெரியுமோ?'

'அது என்னமோ பண்ணிட்டுப் போவுது.'

'வஸந்த்! பறவை உலகம்!'

'என்ன பறவை உலகம்?'

'அந்தப் பொண்ணு அறைல அலமாரியில நாம பார்த்த புஸ்தகம்.'

'ஆமா, அதுக்கென்ன?'

'அந்தப் பொண்ணு படிக்கிற புத்தகமா அது?'

'ஓ எஸ்! நான்கூட யோசிச்சேன்.'

'அதில ஏதோ முதல் பக்கத்திலே எழுதியிருந்தது.'

'நிருபமா! நீங்க எனக்கு இந்த வீக் எண்ட் வரைக்கும் டயம் கொடுங்க. அந்தப் பொண்ணைச் சந்திச்ச ஆளு யாருன்னு கண்டுபிடிக்க முயற்சி செய்கிறேன்.'

'லெட்டரை பாதி எழுதி வெச்சுட்டுப் போயிருக்கா. யாரையோ சந்திச்சிருக்கா. அவர் யாருன்னு தெரிஞ்சா மேல் விவரம் கிடைக்கும் இல்லையா?'

'முதல்ல இந்த 'பறவை உலகம்' யாருதுன்னு பார்க்கலாம். நீங்க என்ன பண்றீங்க... திங்கட்கிழமை எங்களை காண்டாக்ட் பண்ண முடியுமா?'

59

'நிச்சயம்! நான்தான் தினம் தினம் உங்களைப் பார்த்துக்கிட்டு இருக்கேனே, கோர்ட்டிலே சந்தர்ப்பம் கிடைக்கிற போதெல்லாம். அந்தப் பெரியண்ணன் கேஸ் நடக்குதில்லே.'

'அட! நீங்க வந்தீங்களா, நான் பார்க்கலை.'

'தினம் வருவேன். ஒரு ஓரத்தில உறுத்தாம ஒக்காந்து பார்த்துட்டுப் போயிருவேன். நோட்ஸ் எடுத்துப்பேன்.

'எதுக்கு வர்றீங்க?'

'கேஸூம் சுவாரசியமா இருக்கு. கேஸை நடத்தற ஆளும்...'

'ஆளா, ஆளுங்களா?'

'ஆளுங்க! ஏன் கணேஷ், அக்யூஸ்டா இருக்கிறவன் கன்ஃபெஸ் பண்ணிட்டான்னாலும், அவன் ஓர் அக்காம்ப்ளிஸ்தானே?'

'இத பாருங்க. நீங்க உங்க கேஸைப் பத்தி கவலைப்படுங்க. நாங்க எங்க கேஸைப் பார்த்துக்கிறோம்' என்றான் வஸந்த்.

'கோவிச்சுக்காதீங்க வஸந்த். நான் உங்களுக்கு யோசனை சொல்லற நோக்கத்திலே இதைச் சொல்லலை. சந்தேகம் கேக்கற ரீதியில் கணேஷ் சாரைக் கேட்டேன். எதிர்காலத்தில் லாயரா வந்தா உங்க மாதிரிதான் வரணும்னு எனக்கு ஆசை.'

'செத்தாலும் முடியாது!'

'ஏன்?'

'நீங்க ஒரு பொண்ணு!'

'பெண்ணால முடியாத காரியமே கிடையாது வஸந்த்! ஆண்கள் செய்யற வேலை எல்லாத்தையும் இப்ப நாங்க செய்யறோம்.'

'எல்லாத்தையும்?'

'எல்லாத்தையும் எங்களால செய்ய முடியறது!'

'ஒரு சுலபமான காரியத்தைச் செய்ய முடியாது உங்களால! என்ன பெட்டு?'

'என்ன பெட்டு?'

'பத்து ரூபா.'

'சரி'

'இங்க நின்னுக்குங்க. அதோ அந்த சுவர் இருக்கு பாருங்க. அதை நோக்கி...'

'வஸந்த்! ப்ளடி வெல் ஷட் அப்!' என்று கணேஷ் அதட்ட வஸந்த் 'டாட்டா, அப்புறம் சொல்றேன்' என்று கிளம்பிவிட்டான்.

திரும்ப காரில் செல்லும்போது கணேஷ் வஸந்திடம் 'அந்த பறவை உலகம் புத்தகத்தில் முதல் பக்கத்தில் பேர் ஏதோ எழுதியிருந்ததுன்னியே ஞாபகம் இருக்கா?'

'இப்ப ஞாபகம் இல்லை. ஆனா அன்னிக்கு வந்ததும் முதல் காரியமா டெஸ்க் காலண்டரில் குறிச்சு வெச்சுகிட்டேன். ஆபீஸுக்குப் போனதும் சொல்றேன்.'

'அந்த புத்தகத்துக்கு உரியவர் யாருன்னு கண்டுபிடிக்கலாம்.'

'ஆதித்யாவோ என்னவோ பேர்ன்னு ஞாபகம்.'

'அவருக்கு காவேரியைப் பத்தி தெரிஞ்சிருக்கும் இல்லையா?'

'தெரிஞ்சிருக்கணும். எனக்கென்னவோ பறவை உலகம் படிக்கிற ஆள் இந்த மாதிரி ஜாயிண்ட்டுக்கு வந்ததை மத்தவங்ககிட்ட ஒப்புத்துக்குவான்னு தோணலை.'

'பார்க்கலாம்.'

'பார்க்கலாமா? பார்த்துறலாமா?'

'ரெண்டுமே!'

X

பெரியண்ணன் கேஸ் வினோதமாகப் போயிற்று. சின்னையன் குற்றத்தை ஒப்புக்கொண்டதுதான் சர்க்காரின் குற்றச்சாட்டுக்கு அவனை மிக முக்கிய மான சாட்சியாக ஆக்கியது. ஆனால் தீர்ப்புக்கு, சின்னையனின் சாட்சியத்தை மிகவும் வலு அற்றதாகத்தான் கருதவேண்டும். அதை முக்கிய சாட்சியாகக் கொள்வது கூடாது. குற்றம் சாட்டப் பட்டிருக்கும் மூவரில் ஒருவன் குற்றத்தை ஒப்புக் கொண்டாலும் அவன் கூட்டாளி ஆகிறான். அம்மாதிரி குற்றத்தை ஒப்புக்கொள்பவன் பேச்சை முழுக்க நம்பித்தான் ஆகவேண்டும் என்பதில்லை. இதில் நீதி சிறிது எச்சரிக்கையாக இருக்கவேண்டும். நீதிபதியின் அனுபவம் இதில் முக்கியம். குற்றத்தை ஒப்புக்கொள்பவன் ஏன் அதை ஒப்புக்கொள்கிறான் என்றும் எண்ணிப் பார்க்கவேண்டும்.

கோர்ட்டில் கண்ணாடியை அடிக்கடி கழற்றிக் கொண்டு ஜஸ்டிஸ் சோமசேகர் தீர்ப்பை பக்கம் பக்கமாக வாசிக்கும்போது வஸந்த் 'பாஸ்! கை குடுங்க!' என்றான். 'நாம எப்படி வாதாடினோமோ அதே வழியில்தான் தீர்ப்பும் படிச்சிட்டிருக்காரு.'

'இரு, இன்னும் நூற்று முப்பத்தாறு பக்கம் இருக்கு.'

‘இல்லை பாஸ். கேஸ் ஜெயிச்சிப் போச்சு. பெரியண்ணன் தப்பிச்சுருவான்!’

‘பார்க்கலாம், பார்க்கலாம், இரு!’

கணேஷ் காகிதத்தில் ஆங்கில ‘என்’ எழுத்தைப் பெரிசாக எழுதி அதற்கு நகைகள் அணிவித்துக் கொண்டிருந்தான். சோமசேகர் அவசரமே படாமல் வாசித்துக்கொண்டிருக்க விழியோரத்தில் நிழலாட கணேஷ் திரும்பிப் பார்த்தான். ‘குட்மார்னிங்’ என்றாள் நிருபமா சன்னமான குரலில்.

‘மார்னிங்!’

‘ஜெயிச்சுட்டீங்க போலிருக்கே?’

‘ஷ்ஷ்ஷ்’ என்றான் வஸந்த்.

‘தீர்ப்பு முடிஞ்சதும் பேசலாம் என்ன? கொஞ்சம் கவனிங்க!’

அவள் கணேஷுக்குப் பக்கத்தில் பெஞ்சில் உட்கார்ந்தாள். அடிக்கடி நெற்றியில் விழும் மயிர்க் கற்றைகளை விலக்கிக் கொண்டு சற்றே மூக்கை உறிஞ்சிக்கொண்டு கைப்பையிலிருந்து சின்னதாக கர்ச்சீப் ஒன்றை எடுத்து மூக்குக்குள் வைத்து சத்தம் போடாமல் சிந்திக்கொண்டு... கையில் இரும்பு வளையம் அணிந்திருந்தாள். தோளில் தவிர்க்க முடியாத ஜோல்னா பை. அதில் என்னதான் வைத்திருப்பாளோ என்று ஒரு நாள் பார்த்து விட வேண்டும். நீதிபதியே தூக்கத்தில் இருந்து வாசிப்பது போலிருந்தது தீர்ப்பு. கோர்ட்டில் எல்லாரும் அரைத் தூக்கத்தில் இருப்பவர்கள்போலப் பட்டது. ஒரு கணத்தில் சட்டென்று நிருபமா கணேஷைத் திரும்பிப் பார்க்க அப்போது கணேஷ் தன்னையே கவனித்துக்கொண்டிருப்பது எந்த விதமான சம்பிரதாய மான வெட்கத்தையும் கன்னங்கள் சிவப்பதையும் ஏற்படுத்த வில்லை. கணேஷைப் பார்த்து இயற்கையாகச் சிரித்தாள். அவள் பற்கள் கூட வரிசையாக இல்லை. அந்த வரிசையற்ற தன்மை தான்... சே என்ன இது! தீர்ப்பைக் கவனி...

‘சின்னையனை விட்டால் ஒரே ஒரு நேர்முக சாட்சி பெரியண் ணன் அன்று வண்டியில் வைத்து அழைத்துப் போனதாகச் சொல்லும் சந்தானம். இது அதிகம் நம்ப முடியாத ஒரு சாட்சியாக இருந்தது.’

மிச்சத்தை நீதிபதி படிக்க வேண்டாம். இப்போது படிக்கும் வாக்கியங்களின் போக்கிலிருந்தே தீர்ப்பு அப்பீலுக்கு சாதக மாகத்தான் வரப்போகிறது. அப்பீலை அனுமதிக்கப்போகிறார் என்று தெரிந்துவிட்டது. பெரியண்ணன் ஜெயித்துவிட்டான். அதோ அவள் இன்னமும் புரியாமல் நெற்றியைச் சுருக்கிக் கொண்டு கேட்டுக்கொண்டிருக்கிறாள்.

இடைவேளையின்போது கணேஷ், வஸந்த், நிருபமா மூவரும் காண்டீன் மேஜையில் உட்கார்ந்தார்கள்.

'பெரியண்ணன் கேஸ் முடிஞ்சு போச்சில்ல? இப்ப இந்த காவேரி கேஸைப் பார்க்கலாமா?'

நிருபமா காப்பிக் கோப்பையைப் பாதி சிப்பிவிட்டு ஆர்வத்துடன் கணேஷைப் பார்த்துக் கேட்க, 'விடமாட்டீங்க போலிருக்கு' என்றான் வஸந்த்.

'வஸந்த்! அந்தப் புஸ்தகம் ஒண்ணு பார்த்தோமே. அதில் என்னவோ எழுதியிருக்கிறதா, அதைக் குறிச்சு வெச்சிருக் கிறதாச் சொன்னியே, என்ன அது?'

'புஸ்தகத்தின் பேர் பறவை உலகம். வெளியீடு நேஷனல் புக் டிரஸ்ட். காவேரியுடைய அறையில் எப்படி இருக்க முடியும்? பார்த்தா இந்த மாதிரிப் புத்தகம் படிக்கிற ஜாதியாத் தெரியலை. மத்தப் புத்தகங்கள் எல்லாம் ரத்தக் காட்டேரி, அம்புலிமாமான்னு ஏழு எட்டு வயசைத் தாண்டாத புத்தகங்களா இருக்கிறதினாலே இந்தப் பறவை உலகம் கொஞ்சம் முரண்பட்டதா இருக்குது.'

'அதுல என்ன எழுதியிருந்தது?'

'முன்பக்கத்தில் 'டு ஆதித்யா ஃப்ரம் மஞ்சு 24/8'. இவ்வளவுதான் எழுதியிருந்தது. இதில இருந்து ஆதித்யா என்று ஓர் ஆள் அந்தக் காவேரியை பார்க்க வந்திருக்கான் இல்லையா?'

'அவன்கிட்டே காவேரியைப் பத்தி ஏதாவது விவரம் தெரிஞ்சுக்க லாம்.'

'எனக்கென்னவோ நம்பிக்கை இல்லை. காவேரியைப் பார்க்க வரவங்க காவேரி கிட்ட, 'உன் பேர் என்ன? நீ எத்தனாவது வரைக்கும் படிச்சிருக்கே? வாழ்க்கையில் உன் குறிக்கோள் என்ன'ன்னு விவரம் விசாரிக்கிற ஜாதி இல்லைன்னுதான்

நினைக்கிறேன். இரண்டு பேருக்கும் நடந்திருக்கிற ஒரே சம்பாஷணை - விளக்கை அணைச்சிரு.'

'இருந்தும் விசாரிச்சுப் பார்க்கலாமே! இந்த மாதிரி சின்ன விவரங்களிலிருந்துதான் பெரிய கதை உருவாகும்.'

'விசாரிக்கலாம். ஆனா ஆதித்யான்னு ஒருத்தரை மெட்ராஸ் பூரா எப்படித் தேடறது?'

'மஞ்சுன்னு அவருக்கு ஒரு ஃப்ரெண்ட் இருக்கலாம்.'

'அவருக்குன்னு என்ன மரியாதை? தேவடியா வீட்டுக்கு வரவனை அவன்னு சொன்னாலே போதும்.'

'வஸந்த்! உன் லாங்வேஜைக் கொஞ்சம் கட்டுப்படுத்திக்கிட்டா நல்லா இருக்கும்!'

'ஸாரி நிரு. பக்கத்திலே ஒரு பெண் இருக்காங்கறதை மறந்தே போயிட்டேன். உங்க டிரஸ் ந, உ, பா எல்லாம் அப்படி இருக்கு.'

'பரவாயில்லை. எனக்கு ஆண் பிள்ளையாப் பொறக்கலை யேன்னு ஆதங்கம் நிறைய உண்டு.'

'எனக்கு ஒரே சமயம் ஆணாகவும் பெண்ணாகவும் பிறந்திருக் கணும்! ஆ! ரெண்டுபேரும் ஒருத்தரை ஒருத்தர் பரிபூரணமாகக் காதலிச்சிருக்கலாம் இல்லையா?'

'இப்ப இந்த ஆதித்யாங்கறவனை எப்படியாவது ட்ரேஸ் பண்ணிக் கொடுத்தீங்கன்னா நான் பாக்கியைப் பார்த்துக்கறேன் கணேஷ்!'

'இருங்க, கொஞ்சம் சிரமம். யோசிக்க விடுங்க!'

'பாஸ் யோசிச்சா, அவரால ஆக முடியாததே கிடையாது. ஏன்னா மூளை! பாருங்க கொஞ்சம் முன்னால நீட்டிக்கிட்டு இருக்கு. உள்ள பூராவும் கம்ப்யூட்டர் மாதிரி கசகசன்னு.'

'வஸந்த், கொஞ்ச நேரம் சும்மா இரேன்.'

கணேஷ் யோசித்தான். காபி மேஜை மேல் புறக்கணிக்கப் பட்டிருந்தது. இரண்டு பெயர் மஞ்சு, ஆதித்யா. ஒரு தேதி 24/8. எப்படிக் கண்டுபிடிப்பது. யோசி, யோசி.

கணேஷ் எப்போதும் லாட்டரல் திங்கிங் முறையைப் பிரயோகிப் பான்.

'டெலிபோன் டைரக்டரில பார்த்துட்டேன் பாஸ். ஆதித்யான்னு பேர் இல்லை.'

'இரு, இரு, டிஸ்ட்ராக்ட் பண்ணாதே.'

கணேஷ் நெற்றிப் புருவத்தைச் சுருக்கிக்கொண்டான். குறுக்கே நினைத்துப் பார். ஒரு ஆள் பத்து மாடிக் கட்டடத்தில் இருந்து குதித்து விழுந்துகொண்டிருக்கிறான். மூன்றாவது மாடியைக் கடக்கும்போது என்ன சொல்லுவான்? இதுவரைக்கும் பரவாயில்லை. ஒண்ணும் ஆகலை!

போலீஸ்காரன் தெருவுக்குக் குறுக்கே ஏன் நூலை இழுத்துக் கொண்டு செல்கிறான்?

நூலை எங்கயாவது தள்ள முடியுமா?

நகை போட்டுக்காம இருக்கறதே மேல்!

நகை போட்டுக்கறது ஃபீமேல்!

இவ்வாறு சம்பிரதாய சிந்தனையிலிருந்து விலகி இதை யோசித்துப் பார். ஆதித்யகுமார், மஞ்சு, 24/8, பறவை உலகம், நேஷனல் புக் டிரஸ்ட், சலீம் அலி எழுதியது, 24/8 யாருடைய பிறந்தநாள்? ஆதித்யகுமார்? மஞ்சு? இல்லை, மேரெஜ் ஆனிவர்ஸரிக்கு கணவனுக்கு மனைவியின் பரிசா? பரிசு வாங்கிக் கொண்டு நேரே பரத்தை வீட்டுக்குச் செல்லும் பண்பாளனா! பரத்தை! பறவை! பறவை உலகம்! ஓ.எஸ். அந்தப் புத்தகத்தின் பெயர் பறவை உலகம்! அதில்தான் விடை கிடைக்கவேண்டும்!

'வஸந்த், ஒரு காரியம் பண்ணு. பர்ட் வாட்ச்சர்ஸ் அல்லது பர்ட் லவர்ஸ் அஸோஸியேஷன்னு சென்னைல ஏதாவது இருக்கான்னு விசாரிச்சுப் பாரு. அதில ஆதித்யான்னு மெம்பர் யாராவது இருக்காங்களான்னு பாரு. கிடைக்கலைன்னா ஹிந்துல - இந்த மாதிரி பறவைகளில் ஈடுபாடு உள்ளவங்க எல்லாம் ஹிந்துதான் படிப்பாங்க - ஒரு விளம்பரம் கொடு. எழுதிக்க! பர்ஸனல் காலத்தில் கொஞ்சம் சுமாரா டபுள் ஸ்பேஸ்ல, பிரிஃப்ரப்ளி ஸ்போர்ட்ஸ் பேஜ்ல 'மிஸ்டர் ஆதித்யா, உங்கள் பொருள் ஒன்றை பறவை மனையில் பார்த்த மற்றொரு பறவை விரும்பி எடுத்து வைத்திருக் கிறேன். என்னை இந்த நம்பரில் கூப்பிடுங்கள்!'

வஸந்த் எழுதிக் கொண்டு, 'பாஸ், எதுக்கு இந்த மாதிரி மறைமுக வாசகம்?'

'மஞ்சுங்கறது அவன் ஒய்ஃபா இருந்தா சந்தேகம் வரக்கூடாது பாரு.'

'சரிதான்' என்று சிரித்தான்.

நிருபமா, இப்போது கணேஷையே பார்த்துக்கொண்டிருந்தாள். 'என்ன பிரில்லியண்ட்!' என்றான்.

'இருங்க, இருங்க. இதான் ஆரம்பம், ரெண்டு நாளில அந்த ஆதித்யா கிட்ட கொண்டுபோய் நிறுத்திருவாரு. பாஸ், இன்னிக்கே குடுத்துரட்டுமா?'

'பேப்பர்லயா? வேண்டாம் இரு. முதல்ல அந்த மாதிரி பறவை விரும்பறவங்க சங்கம் இருக்கா பாரு. இருந்தா அந்தச் சங்கத்து நோட்டீஸ் போர்டில் போட்டுரலாம்.'

'அதுகூடச் சரிதான், அதிக செலவாகாது...'

'என்ன செலவானாலும் பரவாயில்லை சார். நான் பார்த்துக்க றேன்!'

'இது வரைக்கும் உங்களுக்காக சுமார் அம்பது ரூபா செலவா யிருக்கும். அன்னிக்கு சைக்கிள் ரிக்ஷாக்காரனுக்கு இருவது, அப்புறம் கார்ல அலைஞ்சதுக்கு பெட்ரோல் சார்ஜுக்கு ஒரு முப்பது...'

'எல்லாத்தையும் கொடுத்துர்றேன் சார்' என்றாள் நிருபமா தீவிரமாக.

'பரவாயில்லை. அவன் வேடிக்கைக்குச் சொல்லுகிறான். எங்க ளுக்கு ஒரு கேஸ்ல இன்டரஸ்ட் வந்தா செலவு, ராப்பகல் எதுவும் பார்க்க மாட்டோம், கவலைப்படாதீங்க.'

'இல்லை, எங்கிட்ட நாப்பது ரூபா பணம் இருக்கு.'

'வெச்சுக்குங்க. ஹிந்துல ஒரு வரிக்கு வரும்.'

'வஸந்த்! நான் சொன்ன மாதிரி செய். என்ன?'

'வஸந்த், நானும் வரேன் வஸந்த். என்னையும் சேத்துக்குங்க.'

'இது என்ன, அடுத்த தெருவில போய் பென்சில் மாட்ச் ஆடற மாதிரியா?'

‘இல்லை, உங்களுக்கு உதவியா இருக்க விரும்பறேன். கணேஷ், ப்ளீஸ், என்னையும் சேத்துக்கச் சொல்லுங்க!’

‘பாஸ்! எனக்குப் பக்கத்தில பொம்பளைங்களை வைச்சுக்கிட்டு வேற காரியங்களைக் கவனிக்க முடியாது. ஸோலோவாத்தான் பழக்கம்.’

‘மேலும், வஸந்த்கிட்ட வேலை செய்யறதில இன்னொரு கஷ்டம் இருக்கு. அவன் அடிக்கடி ஜோக் சொல்லிட்டே இருப்பான். கொஞ்சம் ஒரு மாதிரியா ஆயிரும்! இப்படித்தான் ஒரு தடவை அது என்ன ஊர்றா? வைத்தீஸ்வரன் கோயில் பக்கத்திலே? அங்க குதிரை வண்டில போய்க்கிட்டிருந்தபோது ஒரு ஜோக் சொன்னான். என்னடா ஆச்சு?’

‘குதிரை நின்னு பின்னங்காலைத் தூக்கிக் குடை சாஞ்சுருச்சு!’

‘அதுக்கே தாங்கலை.’

‘நான் காதைப் பொத்திக்கிடறேன்.’

‘என்ன பாஸ்? நான் வரலை. கூட இந்த மாதிரி பெண்ணை வெச்சுக்கிட்டு பீச்சுக்குப் போகலாம். சினிமாவுக்குப் போகலாம். ஹிந்து ஆபீசுக்கும் சிந்தாதிரிப்பேட்டைக்கும்ன்னா...’

‘ஒண்ணு செய்யுங்க. ரெண்டு பேரும் தனித்தனியா விசாரிச்சுக் கிட்டு வாங்க.’

‘அது சரி! போட்டியா?’

‘வஸந்த்! இந்த விசாரிக்கிற வேலையை எங்கிட்ட விடுங்க. என்னால முடியலைன்னா நீங்க உள்ள வாங்க! சரியா?’

‘ஒக்கே! ரெண்டு நாள் டயம் குடுக்கறேன்!’

‘பை’ என்று புறப்பட்டவள் போகிற போக்கில் வஸந்திடம் ‘மெக்ஸிகோ தேசத்து சலவைக்காரி ஜோக் தெரியும் எனக்கு’ என்று சொல்லிவிட்டுப் போனாள்!

அவள் சென்ற திசையை ஆர்வத்துடன் பார்த்து, ‘இந்தப் பொண்ணு ஏறக்குறைய பையன் போல சந்தேகமா இருக்குது. எப்படி வெரிஃபை பண்றது?’

கணேஷ் மௌனமாக இருந்தான்.

‘என்ன பிளேடு உபயோகப்படுத்தறீங்கன்னு கேட்டுப் பார்க்கலாமா?’

‘ஏய்!’

கணேஷ் சற்று நேரம் கழித்து, ‘சுவாரஸ்யமான பெண்’ என்றான்.

‘எந்தப் போர்ஷன் சுவாரசியமா இருக்குது உங்களுக்கு?’

‘நீ பார்க்கிற எந்தப் போர்ஷனும் இல்லை! செக்ஸ் சமாசாரங்களை எல்லாம் மீறிச் சில பேர் அழகா இருப்பாங்க. அந்த ரீதியில இவளை அழகா இருக்கிறதாத்தான் சொன்னேன். தி ஹோல் பர்ஸனால்ட்டி!’

‘இவளை நம்ம ஆபீஸ்ல அப்ரண்ட்டிஸா வெச்சுக்கலாமா?’

‘அவ முதல்ல படிச்சு முடிக்கட்டும்.’

‘போஸ்ட் கிராஜுவேட்தான்! சொன்னா எல்லாத்தையும் விட்டுட்டு கட்டின பாண்ட்டோட வந்துருவா. படிக்கட்டும். ஷி மே டர்ன் அவுட் டு பி எ குட் ஜுரிஸ்ட்!’

‘எ ப்ராமிஸிங் ஜுரிஸ்ட்!’

X

மறுநாள் சாயங்காலமே போன் கால் வந்தது. கணேஷ் தனியாக இருந்தான். வஸந்த் புதிதாக அவர்களுக்குக் கிடைத்த காஸ் கனெக்ஷனுக்குப் பணம் கட்டப் போயிருந்தான். டெலிவிஷனில் சின்னக் குழந்தைகளுக்கு ஜாகிர் ஹுஸேன் எழுதிய கதைகளை ஒருத்தர் சொல்லிக்கொண்டிருக்க ஒரு சிறுமி அனாவசியமாகச் சின்னச் சின்ன ஆட்டுக் குட்டிகள் விழுங்கப்படுவதை அகலக் கண்களுடன் கவனித்துக் கொண்டிருந்தாள். டெலிபோன் ஒலித்தது.

'கணேஷ்!'

'ஐ'ம் ஆதித்ய குமார்!'

'ஓ எஸ்?'

'உங்க குறிப்பை நோட்டீஸ் போர்டில் பார்த்தேன். உங்களுக்கு பறவைகள்னா பிடிக்குமா?'

'இன் எ வே!'

'அந்தப் புஸ்தகம் உங்ககிட்ட இருக்கா?'

'ம், இருக்கு.'

'அதை எங்கே கண்டெடுத்தீங்க?'

'மிஸ்டர் ஆதித்யா!'

'கால் மி குமார்!'

'மிஸ்டர் குமார், இதைப்பத்தி நாம நேரில் சந்திச்சுப் பேசலாமே? ரெண்டு பேருக்கும் பறவைகள் மேல் காமன் இன்ட்ரஸ்ட் இருக்கிறதால.'

'அப்ப வாங்க.'

'உங்களை நெறையக் கேள்வி கேக்கணும்.'

'கம்!'

'அட்ரஸ் சொல்லுங்க!'

அதற்குள் டெலிபோனை வைத்துவிட்டான். சே! முதல்லேயே கேட்டு வெச்சிருக்கணும். அப்போது படபடப்புடன் நிருபமா ஆட்டோ ரிக்ஷாவில் வந்து இறங்கினாள். பணம் கொடுத்து விட்டு உள்ளே ஓடி வந்தாள். 'என்ன கணேஷ் ஏதாவது நியூஸ்?' என்றாள்.

'எஸ் அண்ட் நோ! அந்த ஆள் முழுப் பெயர் ஆதித்ய குமார். டெலிபோன் பண்ணி, புஸ்தகத்தை எங்க பார்த்தேன்னு கேட்டான். நேர்ல சந்திக்கலாமேன்னேன். வான்னான். அட்ரஸ் சொல்ல மறந்து போய்ட்டான். இல்லை, சொல்ல விருப்பம் இல்லையோ?'

'அடடா. கஷ்டப்பட்டு அந்தக் கிளப்பை டிரேஸ் பண்ணினேன்.'

'எந்த கிளப்?'

'பர்ட் வாட்ச்சர்ஸ் கிளப்புன்னு ஒரு எக்ஸ்க்ளூஸிவ் கிளப். முதல்ல உள்ளேயே விட மாட்டேன்னு சொன்னாங்க. அடையார்ல இருக்கு. எலியட்ஸ் பீச்சுக்குப் போற வழியில கலாக்ஷேத்ரா எல்லாம் தாண்டி, தனியா! ஏகப்பட்ட மரம். அங்க போனா பாண்ட்டைப் போட்டுண்டு நிறைய தாத்தாக்கள் பைனாகுலர்களோட உக்காந்துகிட்டு இருக்காங்க. உள்ள விட மாட்டேன்னுட்டாங்க. ஆதித்யான்னு யாராவது மெம்பர் இருக்காரான்னு கேட்டா சொல்லமாட்டாங்களாம். எனக்கென்னவோ

அவங்க பறவைகளைப் பாக்கறாங்களா வேற ஏதாவது பிரைவேட் பீச்சிலே குளிச்சிக்கிட்டு இருக்கிறவங்களைப் பாக்கறாங்களான்னு தெரியலை. வாட்ச்மேனுக்கு ஒரு பத்து ரூபா அழுத்தி நோட்டீஸ் போர்டில் அந்தக் குறிப்பைக் குத்தி வைக்கச் சொன்னேன். அவன் செய்திருக்கான் போல இருக்கு.'

'ஆமாம், டெலிபோன் வந்துடுத்து. ஆனா பிரயோஜனமில்லாம போயிடுத்தே!'

'அந்த இடத்துக்கு வேணா மறுபடி போய்ப் பார்க்கட்டுமா?'

'வேண்டாம். இப்ப வேண்டாம். கிவ் ஹிம் ஸம் டைம். அவனுக்கு அந்தப் புஸ்தகத்தை அங்க விட்டுட்டுப் போனதில் குற்ற உணர்ச்சி ஏதும் இல்லைன்னா, டெலிபோன் பண்ணுவான் இல்லையா? லெட்ஸ் வெய்ட்! உக்காருங்க.'

'என்ன நீங்க நீங்கன்னு கூப்பிடறது எனக்கு என்னவோ மாதிரி இருக்கு. உக்காரு, நீ, நான்னே சொல்லலாம்!'

'பரவாயில்லை.'

'வஸந்த் எங்க?'

'பணம் கட்டப் போயிருக்கான்.'

'வஸந்த் வந்தா நான் கண்டுபிடிச்சுட்டேங்கிறதைச் சொல்லிடுங்க. அப்பா! ஒரு நாள் பூரா விசாரிச்சேன். தெரியுமா? ஃப்ரெண்ட்ஸ்கிட்ட, டெலிபோன் இலாகாவிலே, பத்திரிகை ஆபீஸ்ல... நாள்பூரா பறவைகள் பறவைகள்தான்.'

'வெரிகுட். வஸந்த்கூட ஒண்ணைப் பிடிச்சா விட மாட்டான், சோறு தண்ணியில்லாம தேடுவான். ஆனா அணுகுமுறைகள் எல்லாம் கொஞ்சம் அசம்பிரதாயமா இருக்கும்.'

'அவர் மாதிரி என்னால முடியாட்டாலும் இது வரைக்கும் கண்டு பிடிச்சேனே, அதுக்கு ஒரு சபாஷ் சொல்லமாட்டீங்களா?'

'அட்ரஸ் கிடைச்ச பிற்பாடு சொல்றேன்.'

'சே! என்ன சார் நீங்க!' என்று உட்கார்ந்து பெரிசாக மூச்சு விட்டு ஆசுவாசப் படுத்திக்கொண்டாள். சட்டையின் ஊடே அவளது சின்ன மார்புகள் தெரிந்து பெண்தான் என்று நிச்சயப்படுத்தின.

பாண்ட் இடுப்போடு ஒட்டியிருந்ததாலும் இன்னும் ஊர்ஜிதம் கிடைத்தது. 'மேஜை மேல் இரைஞ்சிருக்கிற கடுதாசி எல்லாம் ஒழுங்கா அடுக்கி வெக்கட்டுமா?'

'அது மட்டும் செய்யாதே! எங்களால அப்புறம் ட்ரேஸ் பண்ண முடியாது.'

'மேஜை ஒழுங்கா இருந்தா ஓர் ஆர்கனைஸ்ட் மைண்டைக் காட்டறது.'

'ஆர்கனைஸ்ட் மைண்ட் சில வேளைகளில் ஒரு பெரிய முட்டுக் கட்டை ஆயிடறது. எனக்கு ஸ்ட்ரெஸ் இருந்தாத்தான் கிரியேட் டிவ்வா நினைச்சுப் பார்க்கவே முடியறது. வஸந்துக்கும் அப்படித்தான்.'

'வஸந்த் உங்க ஆல்டர் ஈகோவா?'

'சேச்சே, இல்லை. எனக்கு எல்லாவிதத்திலும் எதிர்ப்பட்ட பர்ஸனாலிட்டி அவன்!'

'ஏன் பொம்பளைங்களை இப்படிக் கலாட்டா பண்றார் அவர்?'

'அவன் எல்லாரையும் கலாட்டா பண்ணுவான். ஹி டேக்ஸ் எவ்ரிதிங் ஈஸி. சில வேளைகளில் எனக்கு அவன் மேல் ரொம்பக் கோபம் வரும்!'

'இருந்தாலும் அவர் உங்களைவிட இன்டலிஜென்ட்டுன்னு சொல்லமுடியாது.'

'சில சமயங்களில் அவன் மாதிரி வேகமாச் சிந்திக்கக்கூடியவன் இருக்கவே முடியாது. கோர்ட்டில் கிராஸ் எக்ஸாமின் பண்றதைப் பார்க்கணும் நீங்க. இட்ஸ் எ பிளஷர்.'

'எல்லாம் நீங்க கத்துக் குடுத்ததுதானே?'

'கத்துக் குடுத்தாலும் கத்துக்கிற தகுதி வேணுமே? கத்துக்கிட்டு அதுக்குமேல அதை இம்ப்ரூவ் பண்ணற திறமை வேணுமே?'

'கணேஷ்! எனக்குக் கத்துக் கொடுப்பீங்களா! நான் உங்களுக்கு என்ன வேணா செய்யக் காத்திருக்கேன். ஐ வில் ஈவன் ஸ்லீப் வித் யூ!'

'என்னை சரியா தெரிஞ்சக்கலை நீ! அதே போல உன்னையும் நான் சரியாத் தெரிஞ்சுக்கறவரைக்கும் உன் கேள்விக்குப் பதில் சொல்ல விரும்பல்லை.'

டெலிபோன் மணி அடித்தது. வஸந்த்தான்.

'பாஸ், செக் கொடுத்துட்டேன். லைப்ரரில போய் புக்கை ரிடர்ன் பண்ணிட்டு அரை மணியில வந்துர்றேன்.'

'வஸந்த், அந்த ஆதித்யகுமார் போன் பண்ணினான்.'

'போன் பண்ணிட்டானா?'

'நிருபமா, பர்ட் லவர்ஸ் கிளப்பை டிரேஸ் பண்ணிட்டா. அங்க நோட்டீஸ் போர்டில...'

'அட்ரஸ் கிடைச்சுதா?'

'இன்னும் இல்லை! அட்ரஸ் வாங்கிக்க மறந்துட்டேன்!'

'நிருபமா வந்திருக்காளா?'

'ஆமா, எதிர்த்தாப்பலதான் இருக்கா.'

'அவகிட்ட சொல்லுங்க, வஸந்த் அட்ரஸ்கூடக் கண்டுபுடிச்சுட் டான்னு.'

'கண்டுபிடிச்சுட்டியா?'

'ஆமா, எழுதிக்குங்க. திருவான்மியூர் ஸீ ஃபேஸ் லே அவுட்டில 46 ஆவது பங்களா. என்ன?'

கணேஷ் எழுதிக்கொண்டான்.

'வரேன் பாஸ். போறதுக்கு முன்னாடி என்னைக் கூப்பிட்டுக் கிட்டுப் போங்க. நிருபமாவை விசாரித்ததாச் சொல்லுங்க.'

கணேஷ் சிரித்தான்.

'என்ன சிரிக்கிறீங்க?'

'ஸாரி நிருபா. வஸந்த் ஆளு அட்ரஸையே கண்டுபிடிச்சுட்டான்!'

'என்னது, எப்படி இது சாத்தியம்?'

'அவன் வந்தாத்தான் தெரியும். என்னது நிருபமா, எதுக்குக் கண்ணுல தண்ணி? சே!'

'என்னை அவமானப்படுத்தறதுக்காகவே, ரெண்டு பேரும் என்னை ஏவிவிட்டு வேடிக்கை பார்க்கறதுக்காகவே...'

'சேச்சே! அசட்டுத்தனமா ஏதாவது சொல்லாதே. வஸந்த்கிட்ட நான் ஏதும் சொல்லலை. அவனா ஏதோ விசாரிச்சுப் பார்த்திருக் கான். அவனுக்குக் குருட்டு அதிர்ஷ்டமும் உண்டு.'

'அப்படித்தான் இருக்கணும்! அதிர்ஷ்டம்தான்! இல்லையா கணேஷ்?'

'ஆமா.'

'நான் வந்து நீங்க சொன்ன முறையில சிஸ்டமாட்டிக்கா விசாரிச்சுக் கண்டுபிடிச்சு... உங்களுக்குப் போன் வந்தது நான் கண்டுபிடிச்சதாலதானே கணேஷ்?'

'ஆமா, ஆமா.'

'வஸந்த்கிட்ட சொல்லுங்க.'

'அதிருக்கட்டும். எதுக்காக இத்தனை சென்ஸிட்டிவ்வா இருக்கே? யாராவது கண்டுபிடிச்சா சரிதானே?'

'இல்லை. இது ஒரு கொள்கைப் பிரச்னை. வஸந்த் போன்ற ஆளுங்களுக்கெல்லாம் பெண்கள் மட்டம், பெண்களால் ஒண்ணும் முடியாது, அவங்க சமையல் பண்ண, பிள்ளை பெறத்தான் லாயக்குன்னு ஒரு ஆணவம்.'

'அதெல்லாம் இல்லை.'

'எவ்ரி மேன் இஸ் எ ஷாவினிஸ்ட்!'

'வெல், ஐ ஆம் நாட் ஒன்!'

'உங்களையும் நல்லா சுரண்டினா நீங்களும் அப்படித்தான்!'

அப்போது டெலிபோன் மணி அடித்தது.

'மிஸ்டர் கணேஷ்! ஆதித்ய குமார் எகய்ன். உங்களுக்கு டெலிபோன் பண்ணியிருந்தேன் கொஞ்ச நேரம் முன்னாடி, ரிமெம்பர்?'

'எஸ் மிஸ்டர் குமார்!'

'அட்ரஸ் சொல்ல மறந்துட்டேன். நீங்களும் கேக்கலையே?'

'கேக்கறதுக்குள்ள வெச்சுட்டீங்க.'

'அட்ரஸ் சொல்றேன். வரிங்களா! அந்தப் புஸ்தகத்தை எடுத்துக்கிட்டு வாங்க. அது இருக்கட்டும். திருவான்மியூர் ஸீ ஃபேஸ் லே அவுட், 46 ஆம் நம்பர், எப்படி வருவீங்க?'

'கார் இருக்கு.'

'ஜாய்ன் அஸ் ஃபர் டீ!'

'வித் ப்ளெஷர். என் ஃப்ரெண்ட் ஒருத்தியையும் என் ஜூனியரையும் கூட்டிக்கிட்டு வரலாமா?

'நோ ப்ராப்ளம்! எஸ்பெஷலி கேர்ள்ஸ் ஆர் வெல்கம். ஷல் ஐ ஸே ஸிக்ஸிஷ்?'

'ஓகே!'

கணேஷ் டெலிபோனை வைத்துவிட்டு 'உன் முறையிலேயும் அட்ரஸ் கிடைச்சுருச்சு. திருப்திதானே!'

'வஸந்த் முந்திக்கிட்டாரே?'

'அவன் கொடுத்த தகவலை நான் உபயோகப்படுத்தவில்லையே!'

'நாம அங்க போறமா?'

'ஆமா. ஆறு மணிக்கு வரச் சொல்லியிருக்கான்.'

'வாங்க போயிரலாம். வஸந்த் வரதுக்குள்ள!'

'வந்துருவான்.'

'வஸந்த் வேண்டாம் கணேஷ்.'

'எனக்கு வேணுமே?' என்றான் கணேஷ்.

அவள் முகத்தில் ஏமாற்றம் தென்பட்டது. 'போ, வாஷ் கீஷ் பண்ணிக்கணும்னா ஆபீஸ்லயே அட்டாச்ட் பாத்ரூம் இருக்கு!'

‘எனக்கு அலங்காரங்கள் எல்லாம் பிடிக்காது கணேஷ். நீங்க ஏன் கல்யாணம் பண்ணிக்கலை?’

‘நேரமில்லை.’

‘உங்களுக்கு என்ன வயசிருக்கும்?’

‘உங்களைவிட ஜாஸ்திதான்.’

‘என்ன இது சினிமாக்காரங்க மாதிரி வயசைச் சொல்ல மாட்டேங் கறீங்க.’

‘எல்லாருக்கும் பல விதத்தில் வயசு சொல்லலாம். எனக்கு சட்டப் படிப்பைப் பொருத்தவரையிலும் தவழற வயசு! இன்னும் நிறையப் படிக்கணும். இதுல வஸந்த் கிழவன்! கோர்ட்ல அனு பவத்தைப் பொருத்தவரை எனக்கு வயசு அறுபது சொல்லலாம். ஏன்னா ஒவ்வொரு கேஸூம் என் வயசை இரண்டு மூன்று வருஷம்னு உயர்த்திக்கிட்டே போவுது.’

‘பெண்களைப் பொருத்தவரை.’

‘வயசு இரண்டோ மூன்றோ சொல்லலாம்.’

‘ஏன்?’

‘டயம் இல்லை!’

‘ஆர் யூ எ வர்ஜின்?’

‘ஆர் யூ?’

அவள் தயக்கமில்லாமல், ‘வெல், ஸம் பாய்ஸ் ஹவ் ஃபாண்டில்ட் மி!’

‘வெல்! ஸம் கர்ள்ஸ் ஹவ் ஃபாண்டில்ட் மி!’

‘நோ.’

‘ஏன்?’

‘உங்களை இன்னும் கொஞ்சம் தெரிஞ்சுக்கறேன். அப்புறம் பார்க்கலாம்!’

வாசலில் வஸந்த் காரைச் சீற அடித்துவிட்டு நிறுத்தினான். உடனே கதவைச் சாத்திக்கொண்டு உள்ளே நுழைந்தான். 'ஹாய் நிரு! என்ன பாஸ் சொன்னாரா?'

'சொன்னார். அதுக்குள்ளே எங்களுக்கும் அட்ரஸ் கிடைச்சுருச்சே! நீங்க கொடுத்தது உபயோகப்படலையே!'

'என்ன பாஸ்?'

'ரெண்டுபேரும் கண்டுபிடிச்சுட்டிங்க.'

'வஸந்த், நீங்க எப்படி அட்ரஸ் கண்டுபிடிச்சிங்க?'

'அது ஒரு ஜீனி வேலை. நவசக்தி விநாயகர் கிட்ட பூப்போட்டுப் பார்த்து - '

'கட் இட் அவுட் வஸந்த்!'

'ஒண்ணும் இல்லை. அந்த பர்ட் லவர்ஸ் சொஸைட்டியைக் கண்டுபிடிச்சேன். அங்க ராகவேந்திரர் ராவ்னு ஒரு லைப்ரரி கிளார்க் இருக்காரு. அவர் கைல கொஞ்சம் அழுத்தினேன். மெம்பர்ஸ் லிஸ்ட்டை ஜெராக்ஸ் பண்ணிக் காப்பி கொடுத்தார். அதில ஆதித்யகுமார் பெயர், விலாசம் இருந்தது.'

'நான் வாட்ச்மேனுக்கு பணம் கொடுத்து நோட்டிஸ் போர்டில் கணேஷ் சொன்ன குறிப்பை ஒட்டச் சொன்னேன்.'

'அட்ரஸ் எப்படிக் கிடைக்கும்?'

'கிடைச்சுதா இல்லையா?'

'இப்ப எதுக்குச் சண்டை! ரெண்டு பேரும் சாமர்த்தியமாவே கண்டுபிடிச்சிட்டிங்க. அந்த ஆதித்யாவைப் பார்க்கப் போறோம் வஸந்த், நீயும் வரியா?'

'மூணு பேராப் போனா சரிப்பட்டு வருமா?' என்றாள் நிருபமா.

'மூணு பேரும் வருவதாகத்தான் சொல்லியிருக்கேன்!'

கடற்கரையோரமாகப் பிடிவாதமாகத் தொடர்ந்து கொண்டு வந்தது தார் சாலை. ஓஸோன் கலந்த காற்று கார் ஜன்னலில் விளையாடியது. வஸந்த் ஓட்டிக்கொண்டிருந்தான். நிருபமா பிடிவாதமாக முன் சீட்டிலேயே உட்கார்ந்துகொண்டிருந்தாள். மூன்று பேரும் நெருக்கமாக இருக்க பின் சீட் காலியாக இருந்தது. கடல் அவ்வப்போது தெரிய பாய்மர முக்கோணங்கள் ததும்பின. மணற்பரப்பில் அங்கங்கே செடிக்கொத்துக்கள் தென்பட்டன. பீச் அங்கங்கே உடைந்திருந்தது. புதிய வீடுகள் சிமெண்டுக்காகக் காத்திருந்தன. சாலை ஓரத்தில் பஸ்ஸுக்காகக் காத்திருந்த இளைஞர்கள் கட்டை விரலால் கெஞ்சினார்கள். தென்னை, பனை மரங் களில் இருட்டு தயாராகிக்கொண்டிருந்தது.

'திருவான்மியூர் ஸீ ஃபேஸ் நீங்க போயிருக்கீங் களா?'

'தெரியாது' என்றான் கணேஷ்.

'நான் போயிருக்கேன். எல்லாம் ரொம்ப பாஷ். நாலு லட்சத்துக்குக் குறைந்து வீடு கட்டறவன் அங்க

பிச்சைக்காரன். ஒவ்வொண்ணும் ஒரு பாலஸ் மாதிரி கட்டியிருக்காங்க.'

வஸந்த் சொன்னது நிஜம்தான். கார் இடப்பக்கம் திரும்பிக் கடற்கரையை நோக்கி ஊர்ந்தபோது எதிர்ப்பட்ட பங்களாக்கள் ஆர்க்கிடெக்ட்களின் கனவுலக மகாநாடு போல் இருந்தன. ஒரு வீட்டில் சுருள் ஓடுகள் அழகாகச் சரிந்து, தெருவிளக்குபோல் அலங்காரங்கள் வேண்டுமென்றே கச்சாவான கற்சுவரில் அமைக்கப்பட்டு, வாசலில் ஒரு பிரம்பு ஊஞ்சல் தொங்கியது. மற்றொரு வீட்டில் காரை எடுத்துக்கொண்டு கூடத்துக்கே போய் விடலாம்போல் இருந்தது. மற்றொன்று மாடர்ன் ஆர்ட்காரர் குடித்திருந்தபோது செதுக்கியதைப்போல் இருந்தது.

46-ன் முன் நிறுத்தினான்.

காம்பவுண்டினை அடுத்த வாசல் கதவு உள்பக்கம் தாளிட்டிருந்தது. தாள் எங்கே என்று கண்டுபிடிக்க முடியவில்லை. லெட்டர் பாக்ஸுக்கு மேலே ஆதித்ய குமார் என்று எழுதியிருந்தது. வஸந்த் இறங்கி கதவைச் சத்தப்படுத்திப் பார்த்தான். வாசலில் அறுபதடி புல் சதுரம் தெரிந்தது. அதில் குறுக்குக் கம்பி போட்டு ஓர் ஊஞ்சலும் சில நவீன தோட்ட நாற்காலிகளும் தென்பட்டன. ஒரு பெரிய பந்து உதைப்பாரற்று உருண்டுகொண்டிருந்தது.

'சார், சார்!' என்றான் வஸந்த்.

யாரும் தெரியவில்லை.

திடீர் என்று அசரீரி. 'ஒன் மினிட். ஐ வில் ஓப்பன் தி டோர்' என்றது.

கேட்டுக்கு அருகே ஸ்பீக்கர் போலும்! கேட் தானாகவே திறந்துகொண்டது. 'என்ன பாஸ்! ஜேம்ஸ் பாண்ட் வேலையா இருக்கு!' வஸந்த் காரைக் கிளப்பி உள்ளே செலுத்த, கேட் அவர்களை அனுமதித்துத் தானாகவே மூடிக்கொண்டது. புல் சதுரத்தை அணைத்துச் சென்ற பாதையில் கான்க்ரீட் கிரில்லில் மல்லிகைக் கொடி படர்ந்திருக்க, போர்ட்டிகோவில் கார்கள் நிறுத்தினதுக்கு அடையாளமாகச் சற்றே எண்ணெய்க் கறை இருந்தது. சின்னப் படி வைத்து வராந்தாவில் கண்ணாடி மூலமாக வீடு முழுவதும் தெரிந்தது. இன்னும் மனிதர்கள்

தெரியவில்லை. அவர்கள் காரை நிறுத்தி இறங்கிக்கொண்டு, என்ன செய்வது என்று தெரியாமல் நின்றார்கள். உள்ளேயிருந்து மஞ்சள் ஜார்ஜெட்டில் பளிச்சென்று புடைவை அணிந்த பெண் ஒருத்தி அவர்களை நோக்கி வந்து, 'ப்ளீஸ் கம்! மிஸ்டர் குமார் ஒரு நிமிஷத்தில் வந்துவிடுவார்', என்றாள். கதவைத் திறந்து அவர்களை உள்ளே அனுமதித்தாள்.

உள்ளே திண்டைத் தட்டிப் பார்த்துவிட்டு வஸந்த் சோபாவில் நுழைந்தான். கால்மேல் கால் போட்டுக்கொண்டு சுற்றுமுற்றும் பார்த்தான். ஒரு நாய் ஒரு கண் விழித்து ர்ர்ர் என்றது. 'ஒண்ணும் செய்யாது, பயப்படாதீர்கள்' என்றாள் மஞ்சள் மோகினி. அதை எடுத்து, கழுத்தைத் தடவிக் கொடுத்தாள். கறுப்பு நாய். வால் போயிருந்தது. கண்களில் ஒன்று மூடியிருந்தது. வால் இல்லாத தால் மேல்நாட்டு நடனம்போல பின் பக்கத்தை ஆட்டியது. எதிரே ஒரு கென்வுட் ஸ்டீரியோ சிஸ்டம் இருந்தது. சோனியின் பரிபூரண வி.ஸி.ஆர் இருந்தது. சார்ல்ஸ் டிக்கன்ஸின் நாவல் களில் வருவது போல ஹாலின் ஓரத்தில் மரக்குகை தெரிந்தது. உள்ளே செல்லும் படிகளில் ஏறி இறங்குவது அதைவிட ஆபரணம். அலங்காரம்தான் அதிகம் இருந்தது. இடப்பக்கத்துச் சுவரில் ஒரு ஹுசேன். வெவ்வேறு செம்முட்டைக் கருக்கள் போல் சித்திரம். அந்தப் பெண் ஏதோ மேஜிக் செய்பவள்போல் கென்வுட்டை இயக்கினாள். அறை முழுவதும் உறுத்தாமல் வயலின் சங்கீதம் பரவியது.

ஒரு பணியாள் முந்திரிப் பருப்பும் பளபளக்கும் சைனாவில் அதி சூடாகத் தேநீரும் கொண்டு வைத்துவிட்டு கணேஷைப் பார்த்து, கலக்குவதற்கு முன், 'ஷுகர் சார்?' என்றான்.

'ஒரு ஸ்பூன்' என்றான் கணேஷ். எல்லாமே செயற்கையாக, அமிதாப் திரைப்படம் போல் இருந்தது. புஸ்தகங்கள்கூட அலமாரியில் அவற்றின் அலங்கார மதிப்புக்காகத்தான் இருப்ப தாகப் பட்டது.

சற்று நேரத்தில் ஆதித்ய குமார் வேகமாக நடந்துவந்தான். கையில் லண்டன் டைம்ஸ், ஃபார்ச்சூன் பத்திரிகைகளை வைத்திருந்தான். வாயில் பைப் கடித்துக்கொண்டிருந்தான். ஜீன்ஸ்மேல் பனியனும் இல்லாமல் சட்டையும் இல்லாமல் இருந்த மார்பில் 'ஏ' என்று ஆங்கில எழுத்து பொறித்திருந்தது. தங்கமாக இருக்குமோ என்று சந்தேகம் வந்தது.

'மிஸ்டர் கணேஷ்?' என்று கணேஷை இருவரிடமும் தேடினான்.

கணேஷ் எழுந்து கைகுலுக்க அவன் நீலப்புகை பரப்பிச் சிரித்து, 'உட்காருங்க' என்று எதிரே உட்கார்ந்தான். முப்பது முப்பத் தைந்து வயதிருக்கலாம் என்பதை அவன் தலைமயிர் சற்றே பின்வாங்க ஆரம்பித்துவிட்டதிலிருந்து சொல்ல முடிந்தது. மற்ற முகம் இளமையாகவும் கூர்மையான கண்களும் நேரான நெற்றிப் புருவமும் மெல்லிய உதடுகளுமாக இருந்தான். பைப்பைக் கடித்த பற்கள் வரிசையாகத்தான் இருந்தன. இடது ஓரத்தில் கொஞ்சம் தங்கம் மின்னியது. கையில் டிவினா வாட்ச் கட்டி யிருந்தான். மூவரையும் சமமாகப் பார்த்து, 'ப்ளீஸ் இன்ட்ரொட் யூஸ் யுவர்ஸெல்ஃவ்ஸ்!' என்றான்.

'கணேஷ் லாயர், வஸந்த் லாயர், நிருபமா லா ஸ்டூடண்ட்.'

'ஓ மை காட்! லா டிப்பார்ட்மெண்ட்டே என்னைத் துரத்திக்கிட்டு வந்துருச்சா என்ன?'

'டிப்பார்ட்மெண்டுக்கும் எங்களுக்கும் சம்பந்தமில்லை. வி ஆர் பிரைவேட்!'

'குட்! என் பேர்தான் தெரியும் உங்களுக்கு. ஆதித்ய குமார். அன்எம்ப்ளாய்ட் பாச்சலர்.'

வஸந்த் சுற்றுமுற்றும் பார்த்தான். 'என்ன பாக்கறீங்க? எல்லாம் நான் சம்பாதிச்சதில்லை. எங்கப்பா தன் லைஃப் முழுக்க செல வழிச்சு சம்பாதிச்சது. எதுக்காக இவ்வளவு சம்பாதிச்சார்? ஹார்ட் அட்டாக் வரத்துக்கு. எல்லாத்தையும் என்கிட்ட பொறுப்பு கொடுத்துட்டுப் போய்ட்டார். ஐம் நாட் பிரிப்பர்ட் ஃபார் எ ரிப்பீட் பர்ஃபாமன்ஸ். கம்பெனியை நடத்தறதுக்கு துடியா எம்.பி.ஏ. பசங்க இருக்காங்க. சேர்மன் எம்.டி.ங்கற முறையில போர்டு மீட்டிங் மட்டும் போயிருவேன். அதுவே போர்!'

'நீங்க என்ன பிஸினஸ்ல இருக்கீங்க?'

'என்ன பிஸினஸ்ல இல்லைன்னு கேட்டா ஆப்ட்டா இருக்கும். மெயின்லி அக்ரிகல்சுரல் பெஸ்ட்டிஸைட்ஸ், ஃபார்மசூட்டிக் கல்ஸ், ரப்பர், டீ, ஃபார்ம் மெஷினரி, எலக்ட்ரானிக்ஸ்... அந்த போர் எல்லாம் எதுக்கு உங்களுக்கு? யூ ஆர் த ஃபேமஸ் கணேஷ், இல்லையா?'

'ஃபேமஸ்னு எந்த அர்த்தத்தில சொல்றீங்க?'

'ஸம் ரைட்டர் யூஸ்ட் டு ரைட் எபவுட் யுவர் எக்ஸ்ப்ளாய்ட்ஸ்! ரொம்பக் கிளவர்னு கேள்விப்பட்டிருக்கேன்.'

'அதெல்லாம் இல்லை.'

'டோன்ட் பி மாடஸ்ட்! நிருபமா, நீங்க இவர்கிட்ட வேலை பண்றீங்களா?'

'எஸ் சார், ஃபர் தி மோமெண்ட்' என்றாள்.

'டோன்ட் கால் மி சார்! நீங்க எதுக்கு வந்தீங்க? ஜாப் ஏதாவது வேணுமா? இல்லை, லா காலேஜ் ஸுவனிர்ல ஆட் ஏதாவது?'

'இல்லை சார்? மிஸ்டர் குமார்! இஃப் யூ ரிகால், 'பறவை உலகம்'னு ஒரு புஸ்தகத்தைப் பத்தி!'

'ஓ எஸ்! ஓ எஸ்! கிளப் நோட்டிஸ் போர்டில பார்த்தேன். யூ காட் தட் புக்?'

'புக் இருக்கு. அன்ஃபார்ச்சுனேட்லி அதைக் கொண்டு வர மறந்துட்டோம்.'

'பரவாயில்லை! நோட்டிஸைப் பார்த்ததும்தான் அதை எங்கேயோ போட்டுட்டோம்னு நினைப்பு வந்தது. அந்தப் புஸ்தகம் எனக்கு யூஸ் இல்லை. அதில் பட்டியலிட்டிருக்கிற பறவைகள் எல்லாத்தையும் என்னால அடையாளம் கண்டு கொள்ள முடியும். சலீம் அலியை ஒரு தடவை பார்த்திருக்கேன். ஃபுட்டஹள்ளியையும் தெரியும். குறிப்பிட்ட புஸ்தகம், என் மனைவி எனக்குப் பரிசாக் கொடுத்தா. வெடிங் ஆனிவர்ஸரியின் போது! அதனால அதுக்கு ஒரு செண்டிமெண்ட்டல் வேல்யு! என்ன பாக்கறீங்க! பாச்சலர்னு சொன்னேன்னுட்டுதானே? இப்ப பாச்சலர். மனைவி இறந்துபோனா மறுபடியும் பாச்சலர் ஆயிட றோம்னுதான் நினைப்பு எனக்கு! விடோயர் இல்லை! அவ போய் வருஷமாச்சு. நெவர் மைண்ட். எதுக்கு என் சொந்த இழப்பை எல்லாம் சொல்லிக்கிட்டு இருக்கணும்? சொல்லுங்க, அந்தப் புஸ்தகத்தை எங்கே பாத்தீங்க?'

நிருபமா வஸந்த்தைப் பார்த்தாள். வஸந்த் கணேஷைப் பார்த்தான்.

கணேஷ் நிதானமாக அந்தப் புஸ்தகத்தைச் சிந்தாதிரிப்பேட்டை யில் ஒரு பிராஸ்ட்டிட்யூட் வீட்டில பார்த்தோம்.'

'சிந்தாதிரிப்பேட்டை! மீன்ஸ் மவுண்ட் ரோடை ஒட்டி, கூவம் பக்கத்தில இருக்கே அதா?'

'அதான்.'

'வெயிட் எ மினிட், எப்ப அங்க போனேன்?' அவன் தீவிரமாக யோசித்துப் புகை விட்டான்.

'ஓ எஸ் போயிருக்கேன்! ஒரு சந்தில, முனைலகூட மோட்டார் ஷாப் இருக்கு. ஸ்க்வாலிட் ப்ளேஸ்! சின்னச் சின்ன ஹோல்ஸ் மாதிரி ரூம் ரூமா இருக்கும்.'

'அதே இடந்தான்.'

'அங்க போயிருக்கேன்!'

'அந்தப் பொண்ணை உங்களுக்கு ஞாபகம் இருக்குமா சார்?'

'எந்தப் பொண்ணு? அந்தப் பிராஸைக் கேக்கறிங்களா?'

'ஆமா!'

'லெட் மி திங்க்! லெட் மி திங்க்! ம். மேபி கொஞ்சம் யோசிச்சா ஞாபகம் வரலாம். யூ ஸீ, ஐ லே ஸோ மெனி கர்ள்ஸ், இட்ஸ் டிஃபிக்கல்ட் டு ரிமம்பர் ஆல் அஃப் தெம். யோசிச்சுப் பார்க்க றேன். மே பி ஐ ஹவ் ஸம் ஃபோட்டோகிராஃப்ஸ்! அதைப் பாத்தா உங்களால அடையாளம் கண்டுக்க முடியுமா? பை த வே, நீங்க ஏன் அந்தப் பொண்ணைப் பத்தி கேக்கறீங்க?'

'அவ செத்துப் போய்ட்டா!'

'ஓ அப்படியா? சரி போனாப் போறா! நீங்க எப்படி? மூணு லாயரையும் ஒரு சிந்தா அது என்ன பேட்டை?'

'சிந்தாதிரிப்பேட்டை.'

சிந்தாதிரிப்பேட்டை ஹோரையும் கனெக்ட் பண்ண முடியலையே?'

'மிஸ்டர் குமார், அவளோட பாடி கூவத்தில் மிதந்து வந்தது.'

'ஸோ?'

'அவ ஏன் செத்தான்னு கண்டுபிடிக்க முயற்சி பண்ணிக்கிட்டிருக் கோம்.'

'அப்படியா? வெரிகுட்! எனக்கு ஞாபகம் இருந்தாச் சொல்றேன். ஆமா, நீங்க போலீஸா?'

'போலீஸ் இல்லை. அவங்களே கண்டுபிடிக்காம கைவிட்ட கேஸ் இது! பாடியைக்கூட அடையாளம் கண்டுபிடிக்கலை இன்னும்!'

'பின்ன எப்படி அவளை சிந்தா பொண்ணுன்னு சொல்றிங்க?'

'வி ஆர் நாட் ஷ்யூர், வி ஆர் நாட் அட் ஆல் ஷ்யூர்!'

'அவளைப் பாத்திருக்கிங்களா நீங்க?'

'பாடியைத்தான் பார்த்தோம். அதுக்கு ஒரு பேர் வெக்கத்தான் முயற்சி பண்ணிக்கிட்டு இருக்கோம்.'

ஆதித்ய குமார் சிரித்து, 'பரவாயில்லை. எல்லாரும் பொறந்த உடனே பேர் வெப்பாங்க. நீங்க இறந்தப்புறம் பேர் வெக்கப் பாக்கறிங்க. பிரமாதம்!' என்றவன் செத்திருந்த பைப்புக்கு உயிர் கொடுத்துவிட்டு, 'யூ ஸீ மிஸ்டர் கணேஷ், எனக்கு நிறையப் பெண்களைத் தெரியும். நிருபமா, இஃப் யூ டோண்ட் மைண்ட், தோட்டத்தில போய் இருந்தீங்கன்னா, உபகாரமா இருக்கும்.'

'இல்லை சார், நான் கேட்க விரும்பறேன்!'

'உங்களுக்குக் கொஞ்சம் ஜீரணிக்க முடியாம இருக்கலாம்!'

'அவளால முடியும்னு நினைக்கிறேன்! அவதான் இந்தக் கேஸையே ஆரம்பிச்சா.'

'ஆல்ரைட்! நீங்க அந்த டைப்பா! மைண்ட் பண்ணலைன்னா பரவால்ல. லக்ஷ்மி! அந்த ஆல்பத்தை எடுத்துட்டு வா.'

மறுபடி மஞ்சள் ஜார்ஜெட் தோன்றினாள். அவள் கையில் பெரிய ஆல்பம் இருந்தது. அதை மௌனமாக ஆதித்யாவிடம் கொடுத்துவிட்டு நாய் தொடர உள்ளே சென்றாள்.

'இதைப் பாருங்க' என்று கணேஷிடம் கொடுத்தான். நிருபமா கணேஷின் அருகில் வந்து உட்கார அவளை ஆர்வத்துடன் பார்த்தான் ஆதித்யா.

கணேஷ் திறந்தான். போலராய்ட் கேமராவினால் எடுக்கப்பட்ட போட்டோக்கள், உடனே மூடிவிட்டான். 'நிரு, கொஞ்சம் அந்தண்டை போயிரு.'

நிருபமா சற்று அலுத்துக்கொண்டு, சற்று வெட்கத்துடன் எதிரே போய் உட்கார, கணேஷ் தயக்கத்துடன் அவற்றை அவசரமாகப் புரட்டினான். 'யார் சார் இதெல்லாம்?' என்றான் பின்னால் நின்றுகொண்டிருந்த வஸந்த்.

'தெரிஞ்சவங்க! ஃப்ரெண்ட்ஸ், ஃப்ரெண்ட்ஸ் டாட்டர்ஸ். ஸ்ட்ரீட் வாக்கர்ஸ்! குடும்பப் பொண்ணுங்க!'

'ஆல்பம் பூரா இருக்கா?'

'இல்லை, பாதிதான் முடிஞ்சிருக்கு! இவங்க எல்லாரையும் எனக்குத் தெரியும். தெரியும்னா எப்படி? ஒரு தடவை அல்லது அதிகப்படியாப் போனா ரெண்டு தடவை! எனக்குன்னு ஒரு ஹாபி வேண்டாமா? அதில இது ஒண்ணு. இன்னொன்னு பர்ட் வாட்சிங். நீங்க தேடற அந்தப் பொண்ணு இருந்தாப் பாத்துக்கங்க!'

கணேஷ் நீல வெல்வெட்டில் விரிந்து படுத்திருந்த அந்தப் பெண்களைப் பார்த்தான். பெரும்பாலானோர் ப்ளாஷ் அடிக்கும் போது கையால் முகத்தை அல்லது முழங்கையால் கண்களை மூடிக்கொண்டு இருந்தார்கள்.

ஆதித்யா கிட்ட வந்து பார்த்து, 'எல்லாத்தையும் காட்டறா? மூஞ்சியைக் காட்ட வெக்கம் பாருங்க? ஸ்ட்ரேஞ்ச் சைக்காலஜி!'

'யூ மீன், யூ ரேப்ட் ஆல் ஆஃப் தெம்?' என்றாள் நிரு.

'சேச்சே! பலாத்காரமா இல்லைங்க. எல்லாரும் தன்னிச்சைப்படி வந்தவங்கதான். அதப் பாருங்க, இந்தப் பொண்ணு வந்து கவர்மெண்ட் கர்ள்ஸ் ஹைஸ்கூல்ல வாத்தியாரா இருக்கா. எப்படி ஞாபகம் இருக்குன்னா சில வேளைகளில் பின்னால் எழுதி வெச்சிருப்பேன்.'

கணேஷ் படக்கென்று மூடிவிட்டான். 'இதில இருந்து கண்டு பிடிக்க முடியாதுன்னு தோணுது, மிஸ்டர் ஆதித்யா. அந்தப் பொண்ணு எழுதிக்கிட்டு இருந்த கடிதத்தில், 'நான் சமீபத்தில் ஒரு நல்லவரை சந்திச்சேன். அவர் என் வாழ்க்கையையே மாத்தப் போறார்'ன்னு எழுதியிருக்கா... ஒரு வேளை நீங்க ஏதாவது அவளுக்கு அந்த வகையில் உதவி கிதவி பண்ணியிருக்கீங்களா?'

'ஓ, அந்தப் பெண்ணா!' என்றான். அவன் கண்ணில் அடையாளம் சற்றே மின்னலிட்டது. 'ஆமாங்க அந்தப் பொண்ணை எனக்குக் கொஞ்சம் சுமாராப் பழக்கம் உண்டு.'

'பேர் என்ன, காவேரியா?'

'காவேரியா, கோதாவரியா ஞாபகமில்லை. ஆனால் அவதான். என்ன எழுதியிருக்கா? ஒரு நல்ல மனிதரைச் சந்திச்சேன்னா! வெரிகுட்!' என்று சிரித்தான். மூவருக்கும் அவன் சொல்வதில் அதிகம் புரியவில்லை என்பதை உணர்ந்துகொண்டவன்போல, 'அந்தப் பொண்ணு இங்ககூட ரெண்டு மூணு நாள் வந்திருக் குன்னு நினைக்கிறேன். உங்களுக்கு அவளைப் பார்க்கணுமா?' என்றான் ஆதித்யா.

'காட்ட முடியுமா?'

'அவளை வெச்சு ஒரு வீடியோ எடுத்தேன். காட்டட்டுமா?'

'வீடியோவா?' என்று வியந்தான் வஸந்த்.

'வீடியோ தெரியாது?' என்று டெலிவிஷன் திரையைக் காட்டி னான். 'கேமரா இருக்கு, வி.ஸி.ஆர். இருக்கு. கலர்ல அச்சா எடுத்துரலாம். அவ ஒண்ணு கொடுத்திருக்கா போல ஞாபகம். அவ யாருன்னு அவளை ஆக்ஷன்ல பார்க்கணும்னா காட்டறேன்' என்று சிரித்தான். நிருபமா அவனை எரிச்சலுடன் பார்த்துக் கொண்டிருந்தாள். 'உங்களுக்கு என்னைக் கண்டா பிடிக்கலைன்னு தோணுது இல்லையா? என்னை ஒரு விதமான காமுகன்னு எண்ணிக்கிட்டிருப்பீங்க இல்லையா!'

'வீடியோன்னா என்ன வஸந்த்?'

'வீடியோ தெரியாதா! என்னது, எந்த யுகத்தில் இருக்கீங்க!'

'கணேஷ், வேண்டாம் சார், இப்பப் பார்க்க வேண்டாம்' என்றான்.

நிருபமா, 'பார்க்கலாம், பார்க்கலாம்' என்றாள்.

'நிருபமா! அதெல்லாம் ரசிக்கத்தகுந்ததா இருக்காது.'

'இல்லை கணேஷ், நாம அவளைப் பார்க்கணும், அடையாளம் கண்டுபிடிக்க.'

'வீடியோ ஸோலோவா, இல்லை ஜோடியா?'

'சரியா ஞாபகமில்லை! என்கிட்ட பெரிய கலெக்ஷனே இருக்குது!'

'வேற என்ன கலெக்ஷன் இருக்குது?'

'ஓ! அஃப்ரொடிஸியாக்ஸ்! ஏராளமா வெச்சிருக்கேன். உலகத்தில உள்ள அத்தனை தாதுபுஷ்டி மருந்துகளும் வெச்சிருக்கேன். அப்புறம் பறவைகள் போட்டோ!'

'நிருபமா, இதைப் பார்த்துத்தான் ஆகணும்னு அவசியமில்லை!'

'இல்லை கணேஷ், பார்க்கலாம்.'

'யூ ஆர் எ கர்ல் நிருபமா! இதெல்லாம் ஷாக்கிங்கா இருக்கும். இதனால் உனக்கு மனசு வருத்தப்படும்.'

'என்னதான் டிப்ரேவிட்டி இதுன்னு பார்த்துரலாமே!'

'நான் சொல்லியாச்சு!'

வஸந்த், 'ஏன் அவ ஆசையைக் கெடுக்கணும்! சார்! நீங்க கில்லாடி சார். இந்த ஆல்பத்திலே உள்ளவங்க அத்தனை பேரையும் வீடியோல வெச்சிருக்கிங்களா?' என்றான்.

'சேச்சே! ஒரு சில பேரைத்தான் வெச்சிருக்கேன். இந்தப் பொண்ணு எதுக்கு ஞாபகம் வந்ததுன்னா அந்த சிந்தாதிரிப் பேட்டை ஏரியாவிலே அவளைப் பிக் அப் பண்ணிக்கிட்டு அவளை எப்பவும் போல இல்லாம ஒரு ரெண்டு நாள் வீட்டுக்கு அழைச்சுட்டு வந்தேன். இங்க இருக்கறபோது அவ சம்மதத் தோடதான் எடுத்ததா ஞாபகம். ஏன், அவளுக்கே போட்டுக் காட்டினேன். கொஞ்சம் அந்தத் திரையைப் போடும்மா. லைட் ஜாஸ்தியா இருக்கு.'

அந்தப் பெண் பதில் ஏதும் சொல்லாமல் பெரிய கண்ணாடிக் கதவின் திரையை இழுக்க ஆதித்ய குமார் தன் கையில் சின்னதாக கால்குலேட்டர் போல இருந்த சாதனத்தை எடுத்து அதில் உள்ள பட்டன்களை அழுத்த எதிரே டிவி உயிர் பெற்றது. 'எல்லாம் ரிமோட் கண்ட்ரோல். எங்கிருந்து வேணாலும் இதை இயக்க லாம். என் ஜி.எம். அமெரிக்காவில் இருந்து வாங்கிக் கொண்டு வந்து கொடுத்தான். என்னவோ இன்ஃப்ரா ரெட் சென்ஸர்கள் இருக்காம். இங்கிருந்தே ரிவைண்ட், ஃபார்வர்ட் எல்லாம் முடியுது. ரொம்ப சவுகரியம்! படுக்கைக்கு அடில வெச்சிக்கிட்டு எப்ப வேணா கேமராவை இயக்கலாம்.'

அவன் பேசிக்கொண்டே இருக்க, திரையில் பலவித வண்ணப் படங்கள் சலனித்தன. அவ்வப்போது இது இல்லை இல்லை என்று அவன் மாதிரி பார்த்த பகுதிகள் எல்லாம் ஒரு வனம் மாதிரி இருந்தன. அதோ ஒரு பெண் படக்கென்று உள்பாவாடையை உதறி எறிந்துவிட்டு அதைத் தாண்டி, கேமராவை நோக்கி வருகிறாள். நிருபமா அனுதாபத்துடன் 'ஸ்ஸ்ஸ்' என்றாள். வஸந்த், 'ஏன் சார் பாதில பாதில வெட்டறிங்க? சொச்சத்தையும் பாத்துருங்களேன்' என்றான்.

'இல்லை வஸந்த். பர்ட்டிகுலர் கர்ள்தானே வேணும்னு சொன்னிங்க? அதனால... ஓ எஸ்! இவதான்யா உங்க காவேரி; பாருங்க. தேவைக்கு ஏற்ற அளவு காட்டறேன்! நிருபமா, நீங்க எப்ப நிறுத்தலாம்னு சொல்றீங்களோ, அப்ப நிறுத்திர்றேன்! என்ன? சரியா உக்காருங்க. என்ன சோபா விளிம்பிலயே நகத்தைக் கடிச்சுக்கிட்டு, நீங்க ஆக்ட் பண்ண படம் மாதிரின்னா நெர்வஸா இருக்கிங்க.'

இப்போது படம் கொஞ்ச நேரம் ஓடியது. ஒரு பெண் சப்தமின்றி உதடுகள் மட்டும் அசைய ஏதோ பேசிக்கொண்டு, என்ன என்று கேமராக்காரரைக் கேட்பதுபோலக் காட்சி. அப்புறம் நேராகத் தன் மார்பின் உடைகளைக் களைந்துவிட்டு சைன்யத்தில் போல நிற்கிறாள். காமிரா ஜூம் பண்ணி அவள் அருகே வருகிறது. ஸ்டில் போட்டோவுக்கு போஸ் கொடுப்பதுபோல நிற்கிறாள். முகத்தில் மெலிதாகப் புன்னகை மட்டும் பாக்கியிருக்கிறது. இந்தக் காரியத்தில் ஏதும் வெட்கப்படுவதாகத் தெரியவில்லை. அவளிடம் யாரோ கேமராவில் இல்லாதவர் ஆணையிடுவது போல, அதற்கும் பணிவது போல, அவள் தன் இடுப்பில் உடைகளைக் களைந்துகொண்டிருக்கும்போது, 'போதும்' என்றாள் நிருபமா.

'இவதானா?' என்றான் ஆதித்யா.

'எனக்குச் சொல்லத் தெரியலை!'

'யூ மீன், அவ போட்டோ கூட இல்லையா உங்ககிட்ட?'

'போட்டோ இருக்கு. செத்ததுக்கப்புறம் எடுத்தது!'

'எப்படிச் செத்தான்னு சொன்னீங்க?'

'யாரோ அவளை ஸ்ட்ராங்கிள் பண்ணிட்டு ஆத்தில பாடியைப் போட்டிருக்காங்க!'

'இவதான் அதுன்னு பின்னே எப்படித் தெரிஞ்சுண்டீங்க?'

'விசாரிச்சோம். சிந்தாதிரிப்பேட்டையில இவளாத்தான் இருக்கும்னு தெரிஞ்சுது!'

'ஸாரி! இது கூட உங்க ஹாபியா?' என்றாள் நிருபமா.

'இந்த வீடியோவா? இது எல்லாம் ஆட்டோமாட்டிக். சொன்னேனே, பிற்காலத்தில் பொழுது போகலைன்னா சொந்தமா ரசிச்சிட்டு இருக்கறதுக்கு. இப்ப ஒரு பாட்மிண்டன் பிளேயர் இருக்கான். வாங்கின கப்பெல்லாம் அலமாரியில அடுக்கி வெச்சிருக்கான் இல்லையா? அதைப்போல இது எனக்கு. நானும் வெற்றி பெற்ற எல்லாரையும் படமா அல்லது வீடியோவா சேர்த்து வைச்சிருக்கேன்!'

'இதுக்கு ஒரு பேர் உண்டு' என்றாள் நிருபமா.

ஆதித்யா குமார் திரைகளைத் திறந்துகொண்டே, 'என்ன?' என்றான்.

'பர்வர்ஷன்! டிப்ரேவிட்டி! வாயரிஸம்!'

ஆதித்யா சிரித்து, 'ஒரு பெண் அப்படி நினைக்கிறதில் ஆச்சரியமில்லை,' என்றான்.

வஸந்த், 'நான்கூட அப்படித்தான் சார் நினைக்கிறேன்.'

'ஓர் ஆண், அதும் வஸந்த் இப்படி நினைக்கிறது ஆச்சரியம் தான்!'

'நான் பெண்களைக் கலாட்டா பண்ணுவேன். ஆனா இழிவு செய்யமாட்டேன்!'

'நான் எந்த விதத்தில் பெண்களை இழிவு பண்ணிவிட்டேன்?'

'போட்டோ எடுத்து அதை வர்றவங்களுக்கு எல்லாம் சினிமா போட்டுக் காட்டி... மை காட்! வேட்டையாடறதுக்கும் இதுக்கும் என்ன வித்தியாசம்? அதிலேயாவது கொஞ்சம் தைரியம், துணிச்சல், உயிருக்கு ஆபத்து, இப்படி அபாயங்கள் இருக்குது!'

'இதில அதெல்லாம் இல்லைங்கறீங்களா? அதைவிட இதிலதான் ஜாஸ்தி அபாயம், துணிச்சல், தைரியம், அப்புறம் சாமர்த்தியம்.

‘சிந்தாதிரிப்பேட்டையில ஒரு பிராஸ்ட்டிட்யூட்டைக் கூட்டிட்டு வரதுக்கு என்ன சாமர்த்தியம் வேணுமோ தெரியலையே!’

‘நான் கூட்டிட்டு வரதைச் சொல்லலை. அவளை அதுக்கு மேலே சில காரியங்களைச் செய்ய ஒப்புக்க வைக்கிறதில, காரியங்களை செய்து பாக்கறதில, அதில எடுத்துக்கற ரிஸ்க்லெ - ரிஸ்க் இருக்கு வஸந்த்.’

கணேஷ் குறிப்பாக, ‘மிஸ்டர் குமார்! நீங்க எங்களுக்குக் காட்டின தகவல்களுக்கு வந்தனம். எங்களுக்குத் தெரியவேண்டியது அந்தப் பெண் ஏன் கொலை செய்யப்பட்டா? அவ உங்ககூட ரெண்டுநாள் பழகினாங்கறிங்க. அவ ஏதாவது உங்ககிட்ட சொன்னாளா? குடும்பப் பிரச்னைகளைப் பத்தியோ வேறே ஏதாவதோ?’

‘இல்லை சொல்லியிருந்தாலும் ஞாபகமிருக்காது... யூ ஸீ...’

‘சொல்லிட்டிங்க, நீங்க வாழ்க்கையில நிறைய பெண்களைப் பார்க்கறீங்க!’

‘நான் அதைச் சொல்ல வரலை. நீங்க, நிருபமா, கணேஷ், வஸந்த், இன்னிக்கு சாயங்காலம் என் பர்ஸனாலிட்டியோட ஒரு பகுதியைத்தான் பாத்திருக்கிங்க. இன்னும் பல பகுதி பாக்கி யிருக்கு. அதையும் பாக்கறதுக்கு உங்களுக்கு ஆர்வம் இருந்தா போன் பண்ணிட்டு வாங்க’ என்றான்.

நிருபமா, ‘வாங்க கணேஷ் போகலாம்’ என்றாள். ஏற்கெனவே வாசல் பக்கம் சென்று காத்திருந்தாள். அவளுக்குச் சுத்தமாக ஆதித்யாவைப் பிடிக்கவில்லை என்பது தெரிந்தது.

அவன் அவளைப் பார்த்து, ‘அந்தம்மாவுக்கு என் மேல நிறையக் கோபம் வருவது நியாயம்தான். பரவாயில்லை. என்னை முழுமை யாகத் தெரிஞ்சுண்டப்புறம் கோபப்படச் சொல்லுங்க, என்ன?’

‘மிஸ்டர் குமார், போறதுக்கு முன்னாடி உங்ககிட்ட ஒரே ஒரு கேள்வி.’

‘கேளுங்க தாராளமா.’

‘வாழ்க்கைல உங்க பிலாசபி என்ன?’

‘எதையும் ஒரு முறை முயற்சி பண்ணிப் பார்த்துடறது!’

'எதையும்னா? எதையுமா?'

'நம்மால முடியறது எதையும்.'

'பணத்தினால எதையும் முடியும் இல்லை?'

'பணம் மட்டும் போதாது. பணம் ஒரு சௌகரியம்தான். இப்ப இந்த நிருபமாவையே எடுத்துக்குங்க. இவளை நான் அடைய விரும்பறேன்னு ஒரு பேச்சுக்கு வெச்சுக்கங்க. என் பணத்தால அது முடியுமா?'

'எதையும்னா எந்தப் பெண்ணையும்னு அர்த்தமா?'

'பெண்கள் என் வேட்கையில் சின்னப் பகுதி! ஒரு முக்கியமான சின்னப் பகுதி! இப்ப அந்த சிந்தாதிரிப்பேட்டை பெண்ணையே எடுத்துக்குங்க. இத்தனை பெரிய பங்களா, இவ்வளவு சுகமா வசதியா இருக்கிறவன். பெண்தான் வேணுமின்னா எந்த சமயத்திலயும் அடையக்கூடியவன். எதுக்கு ஒரு சாதாரண ஸ்ட்ரீட் வாக்கரைப்போய் விரும்பி அவளை வீட்டுக்கு அழைச்சுட்டு வந்து ரெண்டு நாள் வெச்சுக்கணும்? அதையும்தான் ஒரு தடவை பார்த்துரலாமேன்னு என் மனத்தில இருக்கிற அலைச்சல், ரெஸ்ட்லெஸ்னஸ்! இனிமே அந்தப் பக்கம் தலை வெச்சுப் படுக்கமாட்டேன்!'

'அவ உங்க வீட்டை விட்டு எப்ப கிளம்பிப் போனா?'

'ரெண்டாவது நாள்!'

'எவ்வளவு பணம் கொடுத்தீங்க?'

'ஞாபகமில்லை, ஆயிரம் ரூபா இருக்கலாம்.'

'அவகிட்ட கணிசமா இருந்த தொகையினால ஒரு வேளை கொல்லப்பட்டிருப்பாளோ?'

'வாஸ் ஷி மர்டர்ட்?'

'ஆமா, அதான் சொன்னேனே! கழுத்தில ஒரு வெட்டு இருந்தது.'

'அவதானா? வேற யாராவதா இருக்கலாம். வீடியோ பாத்திங் களே, இதும் மூஞ்சி இறந்துபோனவ மாதிரி இருக்கா?'

'சொல்ல முடியலை. உங்க வீடியோ எல்லாமே லாங்ஷாட்டாக இருக்கே!'

'ஒண்ணு ரெண்டு க்ளோஸ் அப் இருக்குமே. ரிமோட் கண்ட்ரோல் ஜூம்ல அவ்வளவு நேர்த்தியா ஒர்க் பண்றதில்லை! எனிவே உங்களைச் சந்திச்சதுக்கு சந்தோஷம். வேற ஏதாவது கண்டுபிடிச்சு இன்னும் ஏதாவது விவரம் வேணுமின்னா வாங்க, யூ ஆர் ஆல்வேஸ் வெல்கம். ஐடில் ரிச்! நிருபமா, எனக்கு உங்க மேல கோபமில்லை! குட் பை!'

அவர்கள் கிளம்பும் தருணத்தில் நாய் சோபாவுக்கு அடியிலிருந்து புறப்பட்டு மறுபடி நடனம் ஆடியது.

'மனுன்னு பேர் வெச்சிருக்கேன். அவன்தான் நம் நாட்டில எல்லா நாசத்துக்கும் காரணம். மனு, உக்காரு!'

உட்கார்ந்தது.

'அழு.'

குப்புறப் படுத்துக்கொண்டு நாலு காலையும் தூக்கி முனகியது.

'தமிழ் பேசுமா?' என்றான் வஸந்த்.'

'புரிஞ்சுக்கும்.'

'கண்ணு என்ன ஆச்சு?'

'நான்தான் குத்திட்டேன்! வாலையும் வெட்டினேன்.'

'எதுக்காக சார்?'

'அதான் சொன்னேனே! எதையும் ஒரு முறை! குட் நைட்!'

X

காரில் மூவரும் மௌனமாக வந்தார்கள். ‘எப்படிப் பட்ட கிராதகன்!’ என்றாள் நிருபமா.

‘அவன் என்ன செஞ்சுட்டான்கறே?’

‘பெண்ணுங்கறது ஏதோ டிராஃபி மாதிரி ஆல்பம் வெச்சிருக்கான். அண்ட் தட் வீடியோ! காவேரி அவமானத்தில தற்கொலை பண்ணிட்டு இருந்தாக் கூட ஆச்சரியம் இல்லை.’

‘காவேரி அவமானப்படற ஜாதியில்லை. சிரிச்சுக் கிட்டுத்தான் இருந்தா. பணம் கொடுத்தா என்ன வேணா செய்யறவங்களை பணம் இருக்கறவங்க என்ன வேணா செய்ய வைக்கறதில என்ன தப்பு இருக்குன்னு எனக்கு சரியாத் தெரியலை.’

‘அதுக்குன்னு மனிதத் தன்மை, மென்மை இதெல்லாம் என்ன ஆறது? பெண்களை ஏதோ ரிமோட் கண்ட்ரோல் பொம்மை மாதிரி உபயோகப்படுத்திக்கிட்டு இருக்கான் ர்ர்ர்ராஸ்கல்! இவங்கூட பிலாசபி பேசறீங்க!’

‘பாஸ், அலமாரியில மாக்கியாவல்லியோட பிரின்ஸ் இருந்தது, பாத்தீங்களா?’

'இந்த ஆளு வசீகரிக்கிறான் என்னை.'

'இவன்தான் கணேஷ் அந்தப் பெண்ணைக் கொன்னிருப்பான்.'

'போட்டியே ஒரு போடு!'

'கணேஷ், நான் ஒரு கேள்வி கேக்கட்டுமா?'

'என்ன?'

'அந்த ஆளு தன்னுடைய பிலாசபி என்னன்னு உங்ககிட்ட சொன்னான்?'

'எதையும் ஒரு முறை!'

'அப்படிப்பட்ட பிலாசபி உடையவன் ஏன் இதையும் முயற்சி பண்ணியிருக்கக் கூடாது?'

'எதையும்?'

'கொலை! அந்தப் பெண்ணைக் கொலை செய்யறதையும்! ஒருவித புது அனுபவத் தேடலா!'

'அவன் சொன்னது, கிடைக்கக்கூடிய, பணத்தால அல்லது சாமர்த்தியத்தால கிடைக்கக்கூடிய அனுபவங்களைத்தான்!'

'இந்த அனுபவத்தையும் பணத்தால அல்லது சாமர்த்தியத்தால இவன் வசப்படுத்திக்கொண்டிருக்கலாம் இல்லையா?'

'இப்ப நீ என்ன சொல்றே?'

'அந்தப் பொண்ணு காவேரியை இவன்தான் கொன்னிருக் கான்னு நம்பறேன்!'

'காரணம்?'

'எதையும் ஒரு முறை!'

'ஓ நோ! டோண்ட் பி ஸில்லி!'

'இந்த மாதிரி மைண்ட் உள்ளவன் இதை ஏன் செய்திருக்க மாட்டாங்கறிங்க?'

‘எனக்கென்னமோ இவன் செய்ததெல்லாம் பெரிய குற்றமாத் தோணலை. ஒரு வித இன்டல்ஜன்ஸ் மாதிரித்தான் தோணுது. வந்த பொம்பளைங்களைத்தானே போட்டோ எடுத்தான்?’

‘அது ஒருவிதமான வாயரிஸம். அவ்வளவுதான். ஒரு வேளை போட்டோவைப் பார்த்து இவனுக்கு கிக் ஏதாவது வருதோ என்னமோ?’

‘போட்டோவோட நின்னுட்டான்னு என்ன நிச்சயம்? சவுக்கால அடிச்சிருக்கலாம். ஸாடோ-மஸாக்கிஸ்ட்டா இருக்கலாம். அதில இருந்து கொலைகாரனாவே இருக்கலாம். நிச்சயம் இவன்தான் கணேஷ்! இவன்தான் அந்தப் பெண்ணை உபயோகப் படுத்திக் கிட்டு கொன்னு போட்டுட்டு நதியில வீசி எறிஞ்சிருக்கணும்.’

‘ஒய்ல்ட் இமாஜினேஷன்! எல்லாத்தையும் எப்படி நிரூபிக்கப் போறே? தெரியலை.’

‘முதல்லயே உதைக்குது. பாலத்தில மிதந்த பொண்ணும் இவன் பாத்த பொண்ணும் ஒண்ணுதானா? அதுவே ஸ்தாபிதமாகலை!’

‘பாஸ்! இதான் மச்சம்னு சொல்வாங்க! இதான் பாஸ் ரியல் மச்சம்! என்னமோ அரபு ஷேக் மாதிரி தினத்துக்கு ஒரு குட்டியை, ஸாரி, பொண்ணைச் சாப்பிட்டிருக்கான்! எல்லாரும் வில்லிங்காவா வந்திருப்பாங்கறிங்க!’

‘பணம் வஸந்த்.’

‘ஒண்ணு ரெண்டு நல்லாக்கூட இருந்தது!’

‘வஸந்த்!’

‘ஓ ஸாரி, நிருபமா. என்னைப் பத்தித் தப்பா ஏதும் நினைச்சுக்காத. நான் சும்மா பேசுவேன். அந்த வீடியோல வந்த மாதிரி ஒரு பொண்ணு என் முன் வந்தா, ‘மிஸ், கொஞ்சம் இரு, கோர்ட்டுக்குப் போயிட்டு வந்துடறேன்’ன்னு கழண்டுப்பேன்.’

‘நம்பறேன்.’

‘இப்ப என்ன பண்றதா உத்தேசம்?’

‘நான் இந்த ஆதித்ய குமாரைப் பத்தி விசாரிக்கப் போறேன்.’

‘என்ன விசாரிக்கப் போறே?’

'இவன் சரித்திரம் பூரா.'

'எப்படி?'

'எப்படியோ?'

'அதெல்லாம் நடக்கற காரியமில்லை.'

'பாத்துரலாமே?'

'விசாரிச்சு என்ன கண்டுபிடிக்கிறதா எதிர்பார்க்கறீங்க?'

'இவன்தான் கொன்னான்னு.'

'அதுக்கு முன்னாடி ஒரு காரியம் செய்யவேண்டியிருக்கிறதே! அந்தப் பொண்ணுதான் இந்த ஆத்தில மிதந்த பொண்ணுன்னு எப்படி ஊர்ஜிதப்படுத்தறது?'

'முதல்ல நாம ஒரே பொண்ணைப்பத்தி விசாரிச்சுக்கிட்டிருக்க மான்னே தெரியலை! அதனால எவரையும் சந்தேகிக்கறதுக்கு முன்னாடி இதைச் செய்யவேண்டியது மிக முக்கியம்.'

'அது எப்படி?'

'நாளைக்கு ஆபீஸுக்கு வா, யோசிச்சு வைக்கிறேன்,' என்றான் கணேஷ்.

'காலை எட்டு மணிக்கே வர்துர்றேன். காலேஜ் போறதுக்குள்ள.'

அவளை ஹாஸ்டலில் விட்டுவிட்டு வீட்டுக்குத் திரும்பும்போது மணி எட்டரை. பையன் டிபன் வாங்கி வைத்திருந்தான். பிளாஸ்கில் பால் இருந்தது. வஸந்த், 'வினோதமான பொண்ணுங்க!'

'யாரைச் சொல்றே? நிருபமாவையா இல்லை ஆல்பம் பெண் களையா?'

'பெண்களைப் பொதுவா பாஸ். அவன் அப்படிச் செய்திருப் பானா?'

'சொல்ல முடியலை, செய்திருந்தா ஆச்சரியப்பட முடியாது, கூடாது!'

'ட்ரை எனிதிங் ஒன்ஸ்! நல்ல சித்தாந்தம்! நாம எல்லோருமே ஒரு வகையில கடைப்பிடிக்கிறோம்னு நினைக்கிறேன்!'

'நாம எல்லோருமே இந்த சித்தாந்தத்தை உபத்திரவமில்லாமல் கடைப்பிடிச்சுக்கிட்டுத்தான் வர்றோம். எல்லார் வாழ்க்கையிலும் ஒரு முறை செய்யவேண்டிய நல்ல காரியங்கள் பலது இருக்கு. ஒரு தடவை வேற்று தேசம் போகணும், ஒரு தடவை தாஜ்மகால் பார்க்கணும், ஒரு தடவை பெரிசா எட்டடி உயரத்தில் ஐஸ்கிரீம் விக்கறானே அதை வாங்கிச் சாப்பிடணும், ஒரு தடவை ஏரோப்பிளேன்ல போகணும். இப்படி உறுத்தாத ஆசைகள் எவ்வளவு இருக்கு? அதை விட்டுட்டு!'

'இதில எல்லாம் இந்த சித்தாந்தத்தினால் தீங்கு ஏதும் இல்லை.'

'எல்லாருக்கும் இந்த சித்தாந்தத்தை ஓர் அளவு வரைதான் பயன்படுத்த முடியும். அவர்கள் பொருளாதார அளவின்படி. இப்ப நம்ம ஆபீஸ் பையன் அமெரிக்கா போய் ஒரு முறை பார்த்துட்டு வந்துரணும்டான்னு ஆசை வெச்சிருப்பானோ? மாட்டான்! இவன் டில்லி போகணும், இல்லை, முதல்வரோட ஒரு முறை கை குலுக்கிடணும். இப்படித்தான் சின்னதா அவன் வசதிக்கேற்ப ஆசைகள் வெச்சிருப்பான். வசதிகள் அதிகமாக ஆசைகளும் விஸ்தாரமாகிறது. ஆதித்ய குமாருக்கு ஏகப்பட்ட பணம். அதனால எதுவும் கிடைக்கிறது. பட்டியல்ல முயற்சி செய்யவேண்டிய விஷயங்கள் எல்லாம் புதுசு புதுசா சேர்ந்துக்குது. அதான் வீடியோ போடறான். சிந்தாதிரிப்பேட்டை சந்தில அலையறான். நாய் கண்ணை நோண்டி, அது எப்படித் துடிக்குன்னு பார்த்திருக்கறான்.'

'நாய்ல இருந்து மனுசனுக்கு தாவலைன்னு என்ன நிச்சயம்?'

'கொலையா? கொலை வந்து, நம்ம ஆபீஸ் பையனுக்கு அமெரிக்கா போல, இவன் தகுதிக்கு அப்பாற்பட்டதா இருக்கலாம்.'

'இஃப் ஹி ஹாஸ் தட் கைண்ட் ஆஃப் மனி?'

'பணம் மட்டும் இல்லை வஸந்த்! கொலைக்குக் காரணமும் வேணும். காரணம் அவனுடைய சைக்காலஜில தேடணும். நான் எதையும் இப்ப நம்பத் தயாரில்லை. அந்தப் பிணத்துக்கும் இவன் பாக்கப் போன பெண்ணுக்கும் முதல்ல ஏதாவது கனெக்ஷன் கொண்டுவந்து ஆகணும். அதுக்கப்புறம்தான் பாக்கி சந்தேகங்கள், சிந்தனைகள் எல்லாம்.'

'பாஸ், மெட்ராஸ்ல இவ்வளவு பணக்காரங்களும் இருக்காங்களா? ஆடிப் பூட்டேன்!'

'அவ்வளவு பணமும் ஏகப்பட்ட நேரமும்தான் அவன் பிரச்னை! இப்ப ஏதாவது யோசிச்சு வை. விடியக் காலை வந்துருவா!'

'அந்த டிவி படத்தைப் பார்த்ததும் நிருபமா முகத்தில் கோபம் அப்படியே நூறு வாட் போட்டு ஜொலிச்சது பாஸ். எல்லாரும் பெண்களை கேவலமாத்தான் நடத்திக்கிட்டிருக்கோம்னு எனக்கு உள்ளுணர்வு உறுத்துது.'

'ஆல்ரைட்! வீடியோவில அந்தப் பெண்ணைப் பாத்தியே, என்ன பாத்தே?'

'என்ன பாத்தேன்னா? அம்மைத் தழும்பெல்லாம் சொல்லச் சொல்றிங்களா?'

'அவளுடைய தோள்கிட்ட கறுப்பா ஏதோ ஒரு மச்சம் மாதிரி இருந்ததே, கவனிச்சியா?'

'மச்சம் எங்க... தோள்கிட்டயா?'

'ஆமா!'

'தோள்கிட்ட எல்லாம் நான் பார்க்கலை பாஸ்.'

'மார்பகத்தில மச்சம் இருந்தாப் பார்த்திருப்பே!'

'இல்லை, அங்கெல்லாம் சுத்தமாத்தான் இருந்தது!'

'போஸ்ட்மார்ட்டம் ரிப்போர்ட் காப்பி ஒண்ணு இருந்தது இல்லையா நிருபமாகிட்ட?'

'ஆமா, அதை நாளைக்குப் பிராம்ப்ட்டா எடுத்துட்டு வரும். கவலைப்படாதீங்க பாஸ்! எனக்கு வெக்கமா இருக்கு. எத்தனை முக்கியமான விஷயம் கவனிச்சிருக்கீங்க! நான் ஆடறேன். ஐ ஸ்வே!'

'ஒரு படத்தில எத்தனை செய்தி இருக்கு தெரியுமா? அவ வந்த தேதி என்னாங்கறே? பதினேழு!'

'அட!'

'மாசம் கிழமைதான் தெரியலை. இருந்தாலும் தேதி பதினேழு. சுவத்தில ஒரு காலண்டர் தெரிஞ்சுது!'

'ஓ மை காட்! எனக்கு அவமானமா இருக்குது. நான் என்ன டான்னா அந்த உள் பாவாடை ... அப்புறம் என்ன, அவ பேசியதை லிப் ரீடிங்படி வாசிச்சீங்களா?'

'அதும் கொஞ்சம் முயற்சி பண்ணிப் பார்த்தேன். 'இப்படியா இப்படியா'ன்னு கேட்டா. அந்த வீடியோ ரெகார்ட் பண்ணின நேரம் பகல் நேரம். ஒரு முறை கேமரா திரும்பினபோது ஜன்னல்ல வெளிச்சம் திரை விளிம்பில தெரிஞ்சுது. கண்ணைத் திறந்து பார்த்தா எவ்வளவோ விஷயம் இருக்குது. அந்த அறையில் படம் எடுக்கறபோது ரெண்டு பேர் இருந்திருக்காங்க. அவ பார்வை ரெண்டு திக்கில போச்சு. அதையும் கவனிச்சேன். கேள்விக்குப் பதில் சொல்றாப்பல முதல்ல ஒரு திசையிலயும் அப்புறம் மற்றொரு திசையிலும் நோக்கி பதில் சொன்னா. அப்புறம் அவ இடது கைக்காரி. அது தெரிஞ்சுதோ உனக்கு?'

'எப்படி பாஸ்?'

'பாவாடையை உதறிப்போட்டா இல்லை? அது வலப்பக்கம் விழுந்தாலும் இடக்கையால எடுத்தா. அதைப் பாத்தியா? வீடியோ ரிவர்ஸ் ஆகலை. ஏன்னா காலண்டர்ல தேதியும் ரிவர்ஸ் ஆகியிருக்குமே!'

'பாஸ், நான் அம்பேல்.'

'எவ்வளவு விஷயம் தெரிஞ்சுருக்கு பாரு. அவ கழுத்தில ஒரு மச்சம். இடக்கைப் பழக்கம், பதினேழாம் தேதி அங்க போயிருக்கா.'

'கேஸ் சுவாரஸ்யமாத் திரும்பும்போல இருக்கே?'

'நாளைக்கு நிருபமா வரட்டும்.'

'நீங்க கண்டுபிடிச்சதை எல்லாம் கேட்டா பேசாம கட்டிப்பிடிச்சு முத்தம் குடுத்துருவா.'

'இப்ப எனக்குக் கொஞ்சம் மைக்ரேன். பெரியாக்டின் இருக்கா பாரு அலமாரியிலே?'

‘போட்டு மூளையைக் குழப்பாதீங்க, தூங்குங்க!’

‘மறுபடி அந்த ஆதித்ய குமாரைப் பார்க்கணும். அவன் தன் பர்ஸனாலிட்டியை இன்னும் தெரிஞ்சுக்கணும்ன்னு சொன்னானே, என்ன சொல்றான்னு பார்க்கலாம்!’

கணேஷ் மாத்திரையை வாயில் போட்டுக்கொண்டு சோபாவில் சாய்ந்தான். கண்ணுக்கு மேல் கைக்குட்டையைக் கட்டிக் கொண்டு படுத்தான். வஸந்த் சற்று நேரம் அவனையே பார்த்துக் கொண்டிருந்தான்.

காலை தெளிவாக இருந்தது. சென்னையில் தம்புச் செட்டிப் பிரதேசம் தன் குரல்களைத் தீட்டிக் கொண்டிருக்கையில் மின்சாரத்தில் செத்த காகத்துக்கு உறவுக் காகங்கள் குரல் கொடுத்துக் கொண்டிருக்க வஸந்த் டேப் டெக்கில் யார்பரோ அண்ட் பீப்பின் 'டோண்ட் ஸ்டாப் த மியூசிக்' போட்டுக்கொண்டு துடிப்புக்கு ஏற்ப நடனமாடிக் கொண்டே ஷேவ் பண்ணிக் கொண்டிருந்தான். கணேஷ் இன்னும் தூங்கிக்கொண்டிருந்தான். நிருபமா திறந்திருந்த கதவை மணிக்கட்டால் தட்டி விட்டு உள்ளே நுழைந்தாள். 'கணேஷ் எழுத்துட் டாரா?'

'இல்லை.'

'இத்தனை இரைச்சல்ல அவரால எப்படித் தூங்க முடியறது?'

'எப்ப வேணா, எந்த பாஸஞ்சர்ல வேணும்னா தூங்குவார்.'

'எப்ப எழுந்திருப்பார்?'

'இன்னம் மூணு நிமிஷம் முப்பத்தாறு செகண்டில, அவர் கைக்கடிகாரத்தில அலாரம் இருக்கு.'

'வஸந்த் காஸட்டைத் தாற்காலிகமாக நிறுத்தலில் வைத்தான்.

'என்ன, ஏதாவது தெரிஞ்சுதா?'

'எல்லாம் கண்டுபிடிச்சாச்சு!'

'அப்படியா!'

'கழுத்துல ஒரு மச்சம்! ஃபைலைக் கொண்டு வந்திருக்கியா?'

'ஓ எஸ்.'

'போஸ்ட்மார்ட்டம் ரிப்போர்ட்டில் ஃபிஸிக்கல் டிஸ்க்ரிப்ஷன்ஸ் கழுத்தில் ஒரு மச்சம் இருக்கா பாரு.'

அவள் பிரித்துப் பார்த்தாள்.

'உக்காரு. நிதானமாப் பாரு.'

கணேஷ் எழுந்திருந்தான். 'ஓ, ஹலோ நிரு! எப்ப வந்தே?'

'இப்பத்தான்.'

'எட்டு மணிக்கு வர்றதா இருந்தியே?'

'கொஞ்சம் முன்னால வந்து உங்களுக்கு ப்ரேக்ஃபாஸ்ட் தயாரிக்கலாம்னு நினைச்சேன். இங்க ஹீட்டர் இருக்கா?'

'குக் பண்ண வேண்டாம். மச்சத்தை முதல்ல பாரு.'

அவள் மறுபடி ரிப்போர்ட்டைப் பார்த்து, 'அட! என்றாள். 'இருக்கு! எ மோல் எபவுட் ஒன் பாயிண்ட் திரி இன்ச் டையா இன் தி அப்பர் தோராஸிக் அண்ட் தி நெக் ரீஜன். கணேஷ், எப்படித் தெரிஞ்சுது?'

'என்னைப் போல பாமர ஜனங்க கீழ பார்த்துக்கிட்டு இருந்த போது, கணேஷ் மேல பார்த்திருக்கார். தேதியைப் பார்த்திருக் கார். அவ கழுத்துல மச்சம் இருக்கறதைப் பார்த்திருக்கார். அப்புறம் அவ வந்த சமயம் பகல் வேளைன்னு கவனிச்சிருக் காரு. அவ இப்படியா இப்படியான்னு வாய்திறந்து கேட்டிருக்கா எல்லாத்தையும்!'

நிருபமா ஆச்சரியத்துடன் வாய் திறந்து பார்த்துக்கொண்டிருக்க, 'வஸந்த்! இப்ப ஒண்ணு நிரூபணம் ஆயிடுச்சு, பாலத்தில் மிதந்தவதான் ஆதித்ய குமார் வீட்டுக்கு போனவ. ஆதித்ய குமார் அவளைப் போய்ப் பார்த்திருக்கான். பார்த்து அவளை அழைச்சுக் கிட்டுப் போயிருக்கான். அப்புறம் அவளை வீட்டில வெச்சுக்கிட்டு வீடியோ எடுத்திருக்கான். அன்னிக்கு என்ன தேதி நிருபமா?'

'பதினெட்டு.'

'பதினேழாம் தேதி காலைல அல்லது பிற்பகல்தான் ரெகார்ட் பண்ணியிருக்கான். மறுநாள் கூவத்திலே மிதந்திருக்கா.'

'இங்க வந்துட்டுப் போயிருக்கிறவ மறுநாள் செத்துப் போயிட்டா!'

'இந்த ஆதித்யாதான் கொன்னிருக்கான் பாஸ்' என்றாள் நிருபமா.

'என்ன நீயும் பாஸ்னு கூப்ட ஆரம்பிச்சுட்டே? அது என்னுடைய பிறப்புரிமைம்மா! காப்பிரைட்.'

'நிருபமா, நீ சொல்றதை இன்னும் நம்பத் தயாராயில்லை நான்.'

'என் உள்ளுணர்வு சொல்றது.'

'மறுபடி உள்ளுணர்வா!'

'உன் உள்ளுணர்வு சொன்னது இதுவரை சரி. அந்த ஆற்றோரத்தில் சாலை வழியாப் போய் தேடச் சொன்னதும் சிந்தாதிரிப்பேட்டையில் அந்த புடைவைக்காரியை கவனிச் சதும், எல்லாம் அதில இருந்து பிடிச்சுக்கிட்டு இதுவரைக்கும் வந்தவரைக்கும்... எல்லாம் சுகம்தான். ஹாட்ஸ் ஆஃப் டு யுவர் இன்ஸ்ட்டிங்க்ட். இதுக்குமேல் நீ கோடிட்ட இடங்களை நிரப்புவது கொஞ்சம் மிகையாப்படறது எனக்கு.'

'இட்ஸ் ஆதித்யா! எனக்கு நல்லாவே தெரியும்.'

'அவனை இதோட கனெக்ட் பண்ணமுடியாது.'

'நாம போய் மறுபடி சிந்தாதிரிப்பேட்டையில விசாரிச்சா என்ன?'

'என்னன்னு விசாரிக்க முடியும்? யார்கிட்ட?'

'ஏதாவது அகஸ்மாத்தாக் கிடைக்காதா?'

'ஒரு தடவை அகஸ்மாத்தா கிடைச்சுருச்சு. இதுக்குமேல எதிர் பார்க்காதே!'

'ஒண்ணு வேணாப் பண்ணிப் பார்க்கலாம். அந்தப் பொண்ணோட வீட்டில அல்லது அறையில மறுபடி போய் துழாவிப் பார்க்கலாம்.'

'அங்கதான் பறவைகள் புஸ்தகம் இருக்கு. அதுவே இவனை அவளோட கனெக்ட் பண்ற எவிடென்ஸ் இல்லையா கணேஷ்?'

'வாஸ்தவந்தான். அவ வீட்டுக்கு வந்தது குற்றமில்லையே? அதில ஏதும் தப்பில்லையே?'

'வீட்டுக்கு வந்து அவளை அழைச்சிட்டுப் போயி ரெண்டு நாள் உபயோகப்படுத்தித் திருப்பிக் கொண்டுவிடறதுக்கு பதில் ஸ்ட்ராங்கிள் பண்ணி நதில போட்டிருக்கான். இதான் நடந்தது.'

'ப்ரூவ் இட்!'

'போலீஸுக்குச் சொல்லிடலாமே.'

'அவங்க சிரிப்பாங்க. இதில எத்தனை ஸர்மைஸ்! எத்தனை யூகங்கள்! இத்தனை ஓட்டையை வெச்சுக்கிட்டு ஒண்ணு வேணா பண்ணிப் பார்க்கலாம். அறைக்கு மறுபடி போய்ப் பார்க்கலாம். அதில ஏதாவது லக் அடிக்கிறதா, பார்க்கலாம்.'

'வஸந்த், நீ போய் வேணாப் பார்த்துட்டு வா' என்றான் கணேஷ்.

'பாஸ்! நான் போனாப் பாக்கறது வேற. நீங்க பாக்கறது வேற.'

'பகல்ல ரெண்டு பேரும் ஒண்ணாத்தான் பார்ப்போம். நீ போய் அந்த அறையைத் துளாவிப் பாத்துரு. லெட்டர்ஸ் ஏதாவது வித்தியாசமாக் கிடைச்சாப் பாரு. போலீஸ்கிட்ட சொல்ற அளவுக்கு நம்மகிட்ட விவரங்கள் இல்லை நிருபமா.'

'சரி, வாங்க வஸந்த் போகலாம்.'

'ஹேவ் எ ஹார்ட், ஷேவ் பண்ணிக்க வேண்டாமா? அப்புறம் நாஷ்தா பண்ண வேண்டாமா?'

நிருபமா ஆபீஸ் அறைக்குப் பக்கத்தில் இருந்த சிறிய அறையில் நுழைந்து பார்த்தாள். 'ஏகப்பட்ட குப்பையா இருக்கே?'

'பையன் வாரம் ஒரு தடவை க்ளீன் பண்ணுவான்.'

‘நீங்க புறப்படற வரைக்கும் கொஞ்சம் க்ளீன் பண்ணவா?’

‘என்ன இது குரு சிஷ்ய பாவம்!’

‘பொழுது போக வேண்டாமா?’

‘பேப்பர் படி.’

‘பேப்பர் படிச்சுண்டே க்ளீனும் பண்றேன்.’

வஸந்த் காஸெட்டைப் பெரிது பண்ணித் தன் மெலிதான நடனத்தையும் முகச் சவரத்தையும் தொடர்ந்தான். கணேஷ் குளிக்கப் போய்விட்டான்.

‘நிருபமா, உனக்கு பாப் பிடிக்குமா?’

‘கேப்பேன். போனி எம், அபா இந்த மாதிரி பாமரர்கள் விரும்பற க்ரூப் எல்லாம் பிடிக்காது.’

‘பின்ன யார் பிடிக்கும்.’

‘ஜான் லென்னன்.’

‘இமாஜின் கேட்டிருக்கியா?’

‘ஓ.எஸ்.’

‘இந்த கேஸ் முழுக்க ‘இமாஜின்’தான்!’

‘வஸந்த், இதைப் பாருங்க!’

‘என்ன, கரப்பான் பூச்சியா?’

‘இல்லை. பேப்பர்ல ஒரு செய்தி வந்திருக்கு - நம்ம கேஸைப் பத்தி!’

‘என்னது, வாசி?’

‘சென்ற மாதம் பதினெட்டாம் தேதி கூவம் ஆற்றில் மிதந்து வந்த உடல் அடையாளம் கண்டுபிடிக்கப்பட்டது. அது சென்னைக்கு அருகே ஒரு கிராமத்தைச் சேர்ந்த கங்கா என்பவரின் உடல். கங்காவின் பெற்றோர் நேற்று மார்ச்சுவரிக்கு வந்து உடலைப் பெற்றுக்கொண்டார்கள். இந்தப் பெண் இறந்ததற்குக் காரணம் தற்கொலை என்று தெரிகிறது.’

‘சபாஷ்!’ என்றான் வஸந்த்.

'என்ன சபாஷ்?'

'நாம இனிமே இதைத் தொடரவேண்டியதில்லை. கட்டி! க்ளோஸ்!'

'என்ன உளர்றீங்க? நாம கண்டுபிடிச்சதெல்லாம் என்ன ஆறது?'

'எங்கேயோ தப்பு பண்ணிட்டோம்னு நினைக்கிறேன். எதுக்கும் பெரியவர் குளிச்சிட்டு வரட்டும்.'

'எப்படித் தப்பு இருக்க முடியும்? ஒவ்வொரு ஸ்டெப்பாப் பாத்து லாஜிக்கலா திங்க் பண்ணி, காவேரின்னு முடிவுக்கு வந்திருக் கோம்!'

'காவேரி திடீர்னு கங்கையா மாறிட்டா!'

'ஸம்திங் ராங்!'

கணேஷ் குளித்துவிட்டுத் தலையைத் துவட்டிக்கொண்டு வந்தான்.

'பாஸ், ஊத்திருச்சு!'

'என்னடா?'

'பேப்பர்ல பாத்தீங்களா? அந்தப் பொண்ணை பேரண்ட்ஸ் ஐடென்ட்டிஃபை பண்ணி க்ளெய்ம் பண்ணிட்டுப் போய்ட்டாங் களாம். எப்படி?'

கணேஷ், 'அப்படியா' என்றான். அவனிடத்தில் நிருபமா செய்தித் தாளைக் கொடுக்க இடுப்பில் துண்டுடன் அதைப் படித்தான்.

கணேஷ் படிக்கும்வரை அவன் முகத்தையே பார்த்துக் கொண்டிருந் தாள்.

அவன் முகத்தில் எந்தவிதமான ஆச்சரிய பாவமும் ஏற்பட வில்லை. 'ஐ ஸீ' என்றான்.

'ஐ டோன்ட் ஸீ' என்றான் வஸந்த். 'எங்கேயோ நாம தப்பு பண்ணிட்டோம்னு தோணுது. நாம தேடற காவேரியும் ஆத்தில மிதந்த பொண்ணும் வேற வேறன்னு ஆறது.'

'அது கங்கா!'

'காவேரி கங்கான்னு மாறினதிலயே ஓர் ஏளனம் இருக்கு' என்றாள் நிருபமா.

'என்ன சொல்றே? புரியும்படியாச் சொல்லு.'

'அந்தாளு ஏற்பாடு பண்ணிட்டாரு.

'யாரு?'

'ஆதித்யாதான்!'

'சே, உளறாத! இது வேற சம்பந்தமில்லாத நியூஸ். இந்த மாதிரி பாடி இருக்கு. வந்து பார்த்து அடையாளம் சொல்லுங்கன்னு போலீஸே அறிக்கை விட்டிருந்தாங்க. அதைப் பார்த்துட்டு, போட்டோ பாத்துட்டு பெண்ணோட தாய் தந்தையர் நேரில் வந்து அடையாளம் காட்டி க்ளெய்ம் பண்ணிட்டுப் போயிருக்காங்க. ஆதித்யாவை எப்படி உள்ள விடறே?'

'கணேஷ், ஏன் இப்படி இருக்கக் கூடாது? நாம காவேரியைத் தேடிக்கிட்டு விசாரிக்க வரதைப் பார்த்து அந்த ஆளு உஷாராகி அந்த பாடியை க்ளெய்ம் பண்றதுக்கு ஏற்பாடு பண்ணியிருக்கான்.'

'உனக்கு அந்த ஆதித்யா மேலேயே குறி.'

'அவன் கண்ணைப் பார்த்தாலே தெரியுது கணேஷ்.'

'அப்ப இதுக்குப் பதில் சொல்லு. அவன் ஏன் நாம வந்தபோது தயாரா ஒருவிதத் தயக்கமும் இல்லாம வீடியோ போட்டு அந்தப் பெண்ணைக் காட்டினான்? பேசாம எனக்கு அப்படி யாரையும் தெரியாதுன்னு சொல்லி நம்மை அனுப்பிச்சிருக்கலாமில்லே?'

'ஏன் அப்படி செஞ்சான்?'

'அதனால ரெண்டையும் கனெக்ட் பண்ணமுடியாது நம்மால. நாம ஆத்தில மிதந்து வந்ததா நினைச்ச பொண்ணு காவேரி இல்லை; இது வேற ஒருத்தி அப்படின்னுதான் முடிவு கட்ட முடியறது.'

'அப்ப காவேரி எங்கே?'

'அந்த ராஜாத்திங்கற பொண்ணு சொன்னா மாதிரி அவ எங்க யாவது ஆந்திராவுக்கோ எங்கேயோ காண்ட்ராக்ட்டிலே போயிருக்காளோ என்னமோ, யார் கண்டா? சந்து பூரா பெண்கள், யார் காவேரி, யார் ராஜாத்தி, யார் கங்கா, யார் கோதாவரி?'

'கணேஷ், நான் போய் விசாரிக்கவா?'

'எங்க?'

‘காவேரி இன்னேரம் திரும்பி வந்துட்டாளான்னு. இல்லை, போலீஸ்காரர்களை முதல்ல விசாரிக்கலாமே! யார் அடையாளம் கண்டுபிடிச்சாங்க? எப்படி? எந்த ஆதாரத்தின் பேரில்?’

‘இல்லை நிருபமா, கேஸை விட்டுர்றதுதான் நல்லது. நம்முடைய ஆரம்பமே தப்பு. எவளையோ எவளோன்னு தேடிட்டிருக்கோம்.’

‘அவ்வளவுதானா? இனிமே இதை விட்டுரப் போறமா?’

‘வேற என்ன பண்றது?’

‘யூ டிஸப்பாய்ன்ட் மி.’

‘கான்ட் ஹெல்ப் இட்.’

‘அப்ப நானே கண்டுபிடிக்கிறேன்’ என்று கிளம்பினாள்.

‘ஏய்! ஏய்! எங்கே போவே? என்ன கண்டுபிடிப்ப?’

‘முதல்ல போலீஸ் ஸ்டேஷனுக்குப் போவேன். நீங்க அவசரப் பட்டுட்டீங்க. அவ அவ இல்லைன்னு சொல்லப் போறேன். நாம கண்டுபிடிச்சதை எல்லாம் சொல்லப் போறேன்.’ அவள் தன் கண்ணாடியை அணிந்துகொண்டு கிளம்பினாள்.

‘உன்னோடு பெரிய ரோதனையாப் போச்சு. இரு, நாங்களும் வரோம்.’

வஸந்த், ‘பாஸ்! இந்தம்மா அந்தாளு நிஜமாவே கொலை பண்ற வரைக்கும் விடமாட்டா போல இருக்கு. இப்ப போலீஸ் ஸ்டேஷனுக்குப் போயி என்ன சாதிக்கப் போறோம்?’

‘நிருபமா! இப்பவே ஒண்ணு சொல்லிட்டேன். முதல்ல போலீஸ் ஸ்டேஷன். அப்புறம் ஒரு நடை சிந்தாதிரிப்பேட்டை. அதோட கேஸை க்ளோஸ் பண்ணிடறோம். சரிதானே?’

‘அப்புறம் தேவைப்பட்டா ஒரு தடவை ஆதித்ய குமார். அதோட போதும்.’

‘இன்னிக்கு எப்படா கோர்ட்டு?’

‘பதினொண்ணரைக்கு, பாஸ்!’

‘வா ஓடலாம்!’

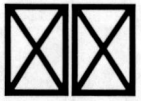

போலீஸ் நிலையத்தில் பதினைந்து பேர் காத்திருந்தார்கள். டெலிபோன் அருகில் ஒரு பெண் உட்கார்ந்திருந்தாள். டிராபிக் பிரிவில் சலசலப்பாக இருந்தது.

'இன்ஸ்பெக்டரைப் பார்க்கணும்' என்றான் வசந்த்.

'அவர் இல்லை' என்றாள் அந்தப் பெண். கிளார்க் போலும்.

'எங்க போயிருக்கார்?'

'ரவுண்ட்ஸ்.'

'எப்ப வருவாரு?'

'தெரியாது.'

'இன்ஸ்பெக்டர் மனோகரன் இருக்காரா?'

'இந்த ஸ்டேஷன்லதான் ஒரு பாடியை ஐடென்டிஃபை பண்ணி...' என்று நிருபமா ஆரம்பித்ததை அவள் வெட்டி, 'எனக்கு ஒண்ணும் தெரியாது. இன்ஸ்பெக்டர் வந்தாக் கேட்டுக்கங்க' என்றாள்.

மூவரும் பெஞ்சில் உட்கார்ந்தார்கள். 'இவங்கதான் டீல் பண்றாங்கன்னு சரியாத் தெரியுமா பாஸ்?'

'அதுவே சந்தேகம். இந்த ஸ்டேஷன் ஜுரிஸ்டிக்ஷன்லதான் வரணும்.'

'பேசாம ராஜேந்திரனைப் பார்த்துரலாமா?'

'அவர் டூர் போயிருக்காரே?'

'அப்ப கையைக் கட்டிட்டு உக்காந்திருக்கிறதைத் தவிர வேறு வழியில்லையா?'

'இல்லை,' என்று கணேஷ் உலவினான். நிருபமா அறைக்குள் போர்டில் மாட்டியிருந்த விலங்கைச் சுவாரஸ்யமாகப் பார்த்தாள். 'போலீஸ் ஒரு சாகரம். இப்ப இந்த இன்ஸ்பெக்டர் வந்தாலே இவர்தான் கேஸை டீல் பண்றார்ங்கறதே சந்தேகம். கிரைம் பிராஞ்சுக்கு மாத்தியிருப்பாங்களோ என்னவோ?'

'கேஸ் இங்கதான் ரிஜிஸ்டர் ஆகியிருக்கும்.'

ஒரு கான்ஸ்டபிள் தன் தொப்பியைச் சரி செய்துகொண்டு அவர்களிடம் வந்தார். 'என்ன வேணும்?'

வஸந்த் அவரைத் தனியாக அழைத்து, சற்று தூரம் சென்று பேசினான். கான்ஸ்டபிளின் மனநிலையில் மாற்றம் ஏற்பட்டது. 'உள்ளே வாங்க! இங்க ஏன் உக்காந்திருக்கீங்க. கைதிங்க உக்கார்ற இடம் இது!' உள்ளே சென்றனர். 'ரைட்டரைக் கொஞ்ம் கூப்பிடுய்யா?'

அவர்கள் உள்ளே செல்லுகையில் லாக்கப்பில் ஒரு பெண் இருந்தாள். அமைதியாகத் தரையில் உட்கார்ந்திருந்தாள். நிருபமா அவளைப் பார்த்து, 'நீ என்ன செஞ்சே?' என்றாள். அவள் பதில் சொல்லாமல் முகத்தைத் திருப்பிக்கொண்டாள். ட்யூட்டி போர்டில் இரண்டு எஸ். ஐ. பதவி காலியாக இருந்தது. கிரைம் போர்டில் சமீபத்தில் கொலைகள் இரண்டு நடந்திருப்பதாகத் தெரிந்தது.

அறையில் மேசை, நாற்காலி, பெஞ்சு, ஒரு ஸ்டீல் அலமாரி, இரண்டு டார்ச், மூணடிக்கு ஒன்றரை அடியில் நிலைக்கண்ணாடி.

'என்ன கேஸ் சொன்னீங்க?'

'கூவம் ஆத்தில கொஞ்ச நாளைக்கு முன்னால ஒரு பாடி மிதக்கலை?'

'ஓ, அந்தக் கேஸா? அது முடிஞ்சு போயிருச்சுங்களே. ரிப்போர்ட் சர்க்கிள் இன்ஸ்பெக்டர் மூலமா மாஜிஸ்ட்ரேட்டுக்கு அனுப்பிட்டோமே?'

'என்ன அனுப்பிச்சிங்க?'

'இருங்க, கேஸ் டயரியைப் பார்த்துச் சொல்றேன்.' பழுப்பான காகிதங்கள் கொண்ட ரிஜிஸ்தர்களையும் பக்கங்களையும் புரட்டினார். கறுப்பு மசியில் தமிழில் நெருக்கமாக எழுதியிருந்தது. 'நம்ம கண்ணுசாமிதான் பாத்தாரு. அதுக்கப்புறம் எஸ்.ஐ. எடுத்துக்கிட்டாரு. இதப் பாருங்க. இருபத்தி ஒன்பது தேதிக்கே போயிருச்சே! பாருங்க இன்ஸ்பெக்டர் ரிப்போர்ட்டோட இருக்குது. ஃபாரம் 159 காப்பி இருக்குது.'

வஸந்த் பார்த்தான்.

In spite of all steps taken there is no prospect of obtaining any further clue and hence nothing more can be done in this case.

'ஏங்க, இதில பாடியை அடையாளம் கண்டுபுடிக்க முடியலை. கேஸை க்ளோஸ் பண்றம்னா இருக்கு?'

'ஆமாங்க, அதான்!'

'இன்னிக்கு பேப்பர்ல யாரோ அப்பா அம்மா வந்து அடையாளம் கண்டுபிடிச்சதாப் போட்டிருக்கே?'

'ஓ, ஆமாங்க. நேத்து ராத்திரி ரெண்டு பேர் வந்தாங்க. அவங்க போட்டோவைப் பார்த்துட்டு அது தம் பொண்ணுன்னு சொன்னாங்க. ரிப்போர்ட்கூட எழுதிக் கொடுத்தாங்க. அந்தப் பொண்ணு ஒரு மாதிரியான பெண்ணாம். கழுத்தில கல்லைக் கட்டிக்கிட்டு நதில விழுந்திருச்சாம். கல்லு கழண்டுபோய் பொண்ணு மிதந்திருக்கு. ஏதோ மனஸ்தாபத்தில கல்யாணம் கட்டின பொண்ணு. வேறே எந்தக் களுதையோடவோ லவ் ஆயிருச்சு போல ஏதோ சொன்னாங்க. அவங்ககிட்ட ஸ்டேட்மெண்ட் வாங்கிட்டாரு எஸ்.ஐ. அதான் பேப்பர்ல வந்திருக்கு.'

'அவங்க அட்ரஸ் இருக்குதா?'

'இருக்குங்களே, நாகநாதன், முத்தம்மா. வண்டிவாக்கம் போஸ்ட். கையெழுத்து...'

'சரிங்க, ரொம்ப தாங்க்ஸ், வரேன்.'

வெளியே வந்து காரில் உட்கார்ந்ததும் நிருபமா 'பாத்தீங்களா?' நாம போனப்புறம்தான் அந்த ஆளு ஃபோன் பண்ணி இந்த மாதிரி ஐடென்டிஃபை பண்றதுக்கு ஏற்பாடு பண்ணியிருக்கான். என்ன சொல்றீங்க?'

'யாரு ஆதித்யாவா?'

'ஆமா, இந்த வண்டிவாக்கத்திலே போய் விசாரிச்சா அந்த மாதிரி யாரும் இருக்க மாட்டாங்க. நிச்சயம்.'

'என்ன சொல்றீங்க?'

'எல்லாம் ஆதித்யாவோட பிளான். யோசிங்க. எப்படி அன்னிக்கு நாம அவனைப் பாத்துட்டுப் போனப்புறம் இந்த மாதிரி ஓர் ஆள் வந்து அந்தப் பொண்ணை ஐடென்ட்டிஃபை பண்றான்? இட்ஸ் டூ மச் ஆஃப் எ கோயின்ஸிடன்ஸ்!'

'வஸந்த்! ஐ'ம் இன்க்ளைன்டு டு பிலீவ் ஹர். நாம என்ன பண்ணலாம்?'

'சரி பாஸ், உங்களுக்கும் சந்தேகம் வந்திருச்சுன்னா ராஜேந்திரன் கிட்ட அவர் திரும்பி வந்ததும் நாம கண்டுபிடிச்சது அத்தனையும் சொல்லிடறதுதான் உத்தமம்.'

'இல்லை வஸந்த். இன்னும் நாம் ராஜேந்திரன் கிட்ட போற துக்குத் தயாராயில்லை. அந்த ஆதித்யாவையும் பெண்ணையும் கனெக்ட் பண்ற மாதிரி முதல்ல எவிடன்ஸ் வேணும். அந்தப் பெண்ணை கிளியரா ஐடென்ட்டிஃபை பண்ணணும். அதுக்கப் புறம் நாம போலீஸ் உதவியை நாடணும்.'

'பாஸ்! நாம அந்த டேப்பைப் பூரா போட்டுப் பாக்கலை. பிற்பகுதியில் ஆதித்யா இருக்கானோ என்னமோ!'

'எப்படியாவது அந்த டேப்பை நாம லவட்டிண்டு வந்துட்டா என்ன?' என்றாள் நிரு.

‘அது கூட ஐடியாதான். ஒண்ணு செய்யலாம். அவனுக்கு டெலிபோன் பண்ணிப் பார்க்கலாம். அவனே நம்மை ஒருநாள் இன்வைட் பண்ணியிருக்கானே? சந்தர்ப்பம் கிடைச்சா டேப்பை எடுத்துக்கிட்டு வந்துரலாம். என்ன?’

‘வெரிகுட்! திஸ் இஸ் எக்ஸைட்டிங்க்.’

‘டேப்பைக் கொண்டு வந்தா அதைப் போட்டுப் பார்க்கமுடியுமா நம்மால’ என்று கேட்டாள் நிருபமா.

‘என்ன சொல்றீங்க? மெட்ராஸ்லயே முன்னூறு வீடியோ இருக்கும். சோனியே நூறு இருக்கும். ஜமாய்ச்சுரலாம். கவலைப் படாதீங்க. பாஸ்! சிலோன்ல நம்ம ஆசார சீலமான நடிகைங்கள் ளாம் குடுத்த சில விசேஷப் படங்கள்ளாம் டேப்பில இருக்காம்.’

‘விசேஷப் படங்கள்னா?’

‘வஸந்த், அதையெல்லாம் பத்தி இப்ப நாம கவலைப்படப் போறதில்லை. நமக்கு வேண்டியது ஒரு டேப்! எங்கயாவது நிறுத்தி, போன் இருக்கா, பாரு.’

‘ஆதித்யாவோட போன் நம்பர் பாத்து வெச்சுக்கலையே, பாஸ்!’

‘அன்னிக்கு நாம பேசிக்கிட்டிருக்கிறபோது பாத்து வெச்சுட்டேன்!’

‘வாழ்க! உங்ககிட்ட கத்துக்கவேண்டியது இன்னும் கோடி இருக்கு.’

இரைச்சலான ஒட்டலில் ஒரு காதைப் பொத்திக்கொண்டு போன் பேசினான் கணேஷ்.

‘மிஸ்டர் குமார்! நான் கணேஷ் பேசறேன். ரிமெம்பர் மீ?’

‘ஓ எஸ்! அதுக்குள்ள எப்படி மறக்க முடியும்?’

‘அந்த கேஸ் விஷயமா உங்ககிட்ட வந்தோமில்ல, அது ஸால்வ் ஆயிடுச்சு தானாவே!’

‘அப்படியா!’

‘நாங்க விசாரிச்சுக்கிட்டிருந்த பொண்ணும் நீங்க காட்டின பொண்ணும் வேற வேற! இறந்தது அந்தக் காவேரி இல்லை. இது வேற! ஏதோ கங்கான்னு ஒரு பெண்ணாம். ஐடென்டிஃபை

பண்ணிட்டாங்க!'

'அப்படியா?'

'நான் எதுக்கு போன் பண்ணேன்னா உங்ககிட்ட மன்னிப்புக் கேக்கறதுக்கு! அநாவஸ்யமா உங்களைப் போட்டுக் குழப்பிட்டோம்.'

'பரவாயில்லை, திஸ் ஹாப்பன்ஸ்!'

'எனிவே உங்களைச் சந்திச்சதில எனக்குச் சந்தோஷம்தான். என்னிக்காவது ஒரு நாள் உங்ககூட நாங்க நிறையப் பேச விரும்பறோம். நீங்க சொன்ன மாதிரி உங்களைப் பத்தி ஒரு பார்ஷியல் பிக்சர்தான் எங்களுக்கு கிடைச்சிருக்கு. சந்தர்ப்பம் கிடைக்கிறபோது உங்களைப் பத்தி முழுக்கத் தெரிஞ்சக்க விருப்பம். ஸம்டைம் நெக்ஸ்ட் வீக் வரலாமா?'

'அடுத்த வாரம் நான் ஸ்டேட்ஸ் போறேன். நாளன்னைக்கு வாங்களேன்?'

'நாளன்னைக்கு எனக்குக் கேஸ் இருக்கு. நீங்க திரும்பி வந்தப்புறம்...'

'வரதுக்கு ஒரு மாசத்துக்கு மேல ஆகும். ஹௌ எபவுட் டுமாரோ?'

'ஸாரி, நாளைக்கும் நான் ஃப்ரீ இல்லை! இன்னிக்குச் சாயங்காலம்னா பரவால்லை.'

'ஆல்ரைட், சாயங்காலமே வாங்களேன். அந்த கோவக்காரப் பெண்ணும் வருவாங்களா?'

'கூட்டிட்டு வரேன், உங்களுக்கு விருப்பமிருந்தா.'

'விருப்பம்தான். கம் ஃபார் டின்னர். என்ன?'

பதில் சொல்வதற்குமுன் வைத்துவிட்டான்.

கணேஷ் காசு கொடுத்துவிட்டு, காருக்கு வந்து, 'டின்னருக்கு கூப்பிட்டிருக்கான். குறிப்பா நிருபமாவை அழைச்சுட்டு வரச் சொல்லியிருக்கான்.'

'கணேஷ்! நேர அவங்கிட்ட போயி, 'லுக், யுர் கேம் இஸ் அவுட்!

எங்களுக்கு எல்லாம் தெரிஞ்சு போச்சு!'ன்னு கன்ஃப்ரண்ட் பண்ணினா என்ன?'

'செய்யலாம். நமக்கு எல்லாம் தெரியுமா என்கிறதுதான் பிரச்னை.'

'கிராதகன்! பெண் பிள்ளைகளை இந்த மாதிரி ட்ரீட் பண்ணி யிருக்கான்னா அதிலேயே கொலைகாரன்னு தெரியலையா?'

'அவன் என்ன செஞ்சான் பெண் பிள்ளைகளை? அவங்களாத் தானே வராங்க?'

'இந்தப் பதிலைக் கேட்டுக் கேட்டுப் புளிச்சுப் போச்சு வஸந்த்! பெண்களை எக்ஸ்ப்ளாய்ட் பண்றதுக்கு நீங்க தர சப்பைக்கட்டுக் காரணம் இது! நம்ம சொஸைட்டில பெண்கள் எப்பவுமே இரண்டாம் பட்சமான பிரஜைகள்தான். அழகு, நகை, கவர்ச்சி, காதல் இந்த மாதிரி பஜனை பண்ணியே ஏமாத்திட்டு வந்திருக் காங்க. தொல்காப்பியத்தில இருந்து பரத்தையர்! இலக்கியம் பூரா மேல்-ஷாவினிஸம்தான். கோவலன்தான் ஆரம்ப கால ஷாவனிஸ்ட். இவன் எங்கவேணா போகலாமாம். வீட்டில ஒரு பத்தினி சிலம்பை வெச்சுக்கிட்டு தயாரா இருக்கணுமாம். மை காட்! இட் ஸ்டிங்ஸ்! இந்த ஆளு ஆதித்யன் அதே பரம்பரைதான்! ஸுவேவா சில்க் மாதிரி பேசறான் பாருங்க. 'அவங்க வந்தாங்க, சம்மதிச்சாங்க. நான் போட்டோ எடுத்தேன்.' ஏன்யா அந்த மாதிரி பெண்களை உடம்பைக் காட்டிப் பிழைக்கும் படியாப் பண்ணினிங்க? ஏன்?'

'யாரை? என்னையா கேக்கறே' என்றான் வஸந்த்.

'உங்க எல்லாத்தையும்தான்.'

'நிரு! என்னைப் பொருத்தவரை பெண்கள் என் கண்கள்! அவங்க கிட்ட எனக்கு இருக்கிற மரியாதை, வணக்கம், வழிபாடு இதை யெல்லாம் சொல்லப் போகுமோ!'

'கட் அவுட் தி காமெடி வஸந்த்! நான் சீரியஸாப் பேசிட்டிருக் கேன்.'

'வஸந்த், லெட் ஹர் டாக்! இட் இஸ் இன்ட்ரஸ்டிங் நிருபமா. உன் ஒருத்தியால இந்த நிலைமையை மாற்ற முடியுமா?'

'இது இன்னொரு சம்பிரதாய ஆண் ஆணவக்கேள்வி! மாத்த

முடியுமா, மாத்த முடியுமான்னு கேட்டுக்கிட்டே காலம் கழிச்சிட்டிருங்க! மாத்தாதிங்க! மாத்த மாட்டிங்க! தலைகாணிக்கு பதிலா பெண்கள் கிடைக்கிறவரைக்கும் எதுக்கு மாத்தணும்?'

'சபாஷ்!'

'என்ன சபாஷ்! அங்க பாருங்க அட்வர்டைஸ்மெண்ட்டை! பானர்! எதுக்கு விளம்பரம்? அக்ரிகல்ச்சுரல் மோட்டாருக்கு. அதுக்கு எதுக்குய்யா ஒரு பெண்ணு மாரைக் காட்டிட்டு நிக்கணும்? வாட்ஸ் ஷி டூயிங் தேர்?'

'இதில எல்லாம் பணம் இருக்கே? காட்டத் தயாரா இருக்காளே!'

'பணம் ஏன் குடுக்கறீங்க? என்ன ஈனத்தனமான விளம்பரம் இது? மோட்டார்ன்னா மோட்டாரைக் காட்டவேண்டாம்?'

'அது கூடப் பாயிண்டுதான். அந்தக் கம்பெனியை விசாரிக்க வேணும் பாஸ்!'

'இத பாருங்க, இந்தக் கம்பாஷன் எல்லாம் வேண்டாம் - போலி அனுதாபம் வேண்டாம்!'

கணேஷ் அவளைத் திரும்பிப் பார்த்து, 'எப்படி உனக்கு இத்தனை கோபம்?'

'உங்கம்மா என்ன சமூக சேவகிங்களா?'

'இல்லை, நான் சம்பிரதாயமா வளந்தவதான். சின்ன வயசில இருந்தே பவுடர் போட்டு பவுடர் போட்டு, மூஞ்சியத் தேச்சு, எண்ணெய் தேச்சு குளிச்சு, ரேடியோ சிலோன் கேட்டு, வாசப்பக்கம் சாயங்காலம் பளிச்சுனு மூஞ்சி அலம்பிண்டு, இன்னும் கொஞ்சம் பவுடர் போட்டுண்டு நின்னு, மைய இழுத்து குருவிவால் பண்ணிண்டு, தொடர் கதையில சேகருக்கு மாலா உருகறதைப் படிச்சுட்டு உருகி, பதிமூணு வயசிலயே பாடி போட்டுக்க ஆரம்பிச்சு, உன் சைஸ் என்ன, என் சைஸ் என்ன, ஸ்ரீபிரியா பிடிக்குமா, ஸ்ரீதேவி பிடிக்குமா, கமல் இஸ் ஃபாப் யார்! அமிதாப் டிரைவ்ஸ் மி க்ரேஸி யார்! டோண்ட் யூ திங்க் ஷி இஸ் க்யூட்! அண்ட் ரேக்கா இஸ் த பிட்ச்! அப்புறம் அத்தனை விளம்பரங்கள் நெஞ்சை அள்ளும் அஞ்சு மீட்டர் பாலியெஸ்டர் ஜார்ஜெட் மற்றும் ஷிஃபான்! பிரெஞ்சு நறுமணப் பொக்கிஷம்

உங்களுக்காகவே! கன்னத்தில செயற்கை வெட்கம் வேணுமா? பிள்ளை பெற்று உடம்பு ஊதியிருக்கா, இடுப்பைக் கட்டுப் படுத்தணுமா? தலை மயிர் கனவுலகத்து அலைகள் போல் ததும்பவேண்டுமா? முகத்தில பளபளப்பு வேணுமா? எத்தனை ஆயில்? பாடி ஆயில் கை ஆயில் கால் ஆயில். மார்பகங்களுக்குக் க்ரீம், மயிரை நீக்க க்ரீம்! ப்ளடி ஷிட்! எல்லாம், ஆணுக்கு அழகான படுக்கை நாயகியாக என்னைத் தயாரிக்கிறதுக்கே ஏற்பட்டவை! எல்லாமே ஒரு சதி!' என்றாள். முடித்ததும் மூச்சு வாங்கியது நிருபமாவுக்கு. நகத்தைக் கடிக்கத் தொடங்கினாள்.

'நீ சொல்றது எல்லாம் சரிதான். அதுக்கு என்ன தீர்வு? சொல்லு பார்க்கலாம்?'

'ஆதித்ய குமார் போல ஆளுங்களை எல்லாம் தேடித் தேடித் துரத்தி அடிக்கணும். பப்ளிக் ப்ளேஸில்! என்ன சொல்றதுன்னே தெரியலை!'

'ஆதித்ய குமார் மேல உன் கோபம் ஒட்டுமொத்தமா ஆண்வர்க்கத் தின் மேல இருக்கற கோபமா?'

'ஆமா, அப்படித்தான் வெச்சுக்கங்களேன்.'

'அப்ப நான்கூட உண்டா?'

'நீ பேசறதைக் கேட்டுக்கிட்டே இருக்கலாம் போல இருக்குது' என்றான் வஸந்த்.

'இதைத்தான் நீங்க நூற்றாண்டுக் கணக்கா பண்ணிக்கிட்டு இருக்கிங்க! சோப் வெச்சு, சோப் வெச்சு, தொப்பையை ரொப்பிடறிங்க!'

கணேஷ் சிரித்தான்.

'சின்னதா ஜோக் சொன்னாக்கூட பெரிசா சிரிப்பீங்க!'

'என்னது, உங்கிட்ட எது செய்தாலும் உமன்ஸ் லிப் கோணத்தில குறை சொல்வே போலிருக்கே! இருக்கட்டும். சாயங்காலம் அந்த ஆளைப் போய்ப் பார்க்கப் போறோம். உன் புரட்சிகரமான கருத்துக்களை எல்லாம் அவன்கிட்டச் சொல்லு.'

'நான் சாயங்காலம் பேசவே போறதில்லை. பார்த்துக்கிட்டு இருக்கப் போறேன் அந்தக் கொலைகாரனை.'

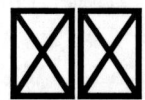

XX

ஆறு மணிக்கே அங்கே போய்ச் சேர்ந்துவிட்டார்கள். இருட்டுவதற்கு இன்னும் தொடங்கவில்லை. இவர்கள் போனபோது ஆதித்யா கண்ணில் பைனாக்குலர் பொருத்திக்கொண்டு கடற்கரை நோக்கிப் பார்த்துக் கொண்டிருந்தான். இவர்கள் வரும் சப்தம் கேட்டுத் திரும்பிப் பார்த்து, ‘உள்ள வாங்க’ என்று கூறிவிட்டுப் பைனாகுலரைத் தொடர்ந்தான். அவர்கள் காரை நிறுத்தி, கதவு திறந்துகொள்ள உள்ளே சென்று அவனருகில் நின்றார்கள். அவன் ஒரு குறிப்பிட்ட பறவையைத் தொடுவானம் வரை தொடர்ந்துவிட்டுத் திரும்பி, ‘ஹலோ! வெல்கம்,’ என்றான்.

‘கருந்தலை கடல் புறா வடக்கேயிருந்து தவறாம செப்டம்பர் மாதம் கடைசி வாரத்தில் வந்துட்டு ஏப்ரலுக்குள் எல்லாம் திரும்பிப் போயிடறது. இதுக்கு யாரு சொல்லித்தராங்க? இந்த மாதிரி ஜெனரேஷன் கணக்கா பிரயாணம் பண்ணனும்னுட்டு? எப்படி நாவிகேட் பண்ணுது? கணேஷ், உங்களுக்குத் தெரியுமா? ஆர்ட்டிக் டெர்ன் அப்படின்னு ஒரு பறவை வருஷத்துக்கு இரண்டு தடவை வடதுருவத்தில் இருந்து தென்துருவத்துக்குப் பறக்கறது! ஆர்ட்டிக்ல இருந்து அண்டார்டிக் வரை! கிரீன்லாந்துல ஆரம்பிச்சு முதல்ல யூரோப் போறது.

அங்கிருந்து பிரான்ஸ், போர்ச்சுகல் வழியா ஆப்பிரிக்காவுக்குப் பறந்து கேப் ஆஃப் குட் ஹோப் வழியா நேரே அண்டார்ட்டிக்! நம்ப முடியலை இல்லை! கழுத்தில வளையம் கட்டி நிரூபிச்சிருக்காங்க.'

நிருபமா அவனையே பார்த்துக்கொண்டிருந்தாள். அவன் பைனாக்குலரை வைத்தான். மெலிய நீலத்தில் பனியனும் சின்னதாக ஷார்ட்ஸும் அணிந்திருந்தான். தோட்ட மேசையில் ஸ்காட்ச் இருந்தது. 'நிருபமாதானே உங்க பேரு?'

'ம்...'

'ஜோனதன் லிவிங்ஸ்டன் ஸீகல் படிச்சிருக்கிங்களா?'

'படிச்சிருக்கேன்.'

'நல்ல புத்தகம், அதுக்கப்புறம் 'ரிலக்டண்ட் மெஸ்ஸையா'ன்னு எழுதி, காதில் பூ வெச்சான். ஹி வாஸ் எ ஒன் புக் மான். எதையுமே ஒரு தடவைதான் செய்யணும். எல்லாருமே ஒரு புத்தகம் நல்லா எழுதறாங்க. அதுக்கப்புறம் குப்பை.'

மிஸ்டர் குமார், உங்க தியரிப்படி கொலையும் ஒரு தடவை செய்யலாமா?'

'தட்ஸ் எ குட் கொஸ்சின். உள்ள வாங்க பதில் சொல்றேன்.'

உள்ளே அந்தப் பெண்ணைக் காணோம். சாயங்கால இருட்டு ஹாலில் பரவிக்கொண்டிருந்தது. விளக்கைப் பொருத்தினான். ஸ்டிரியோவை இயக்கினான். மெலிதாக வடக்கத்திய புல்லாங்குழல் இசை பழரசம் போல் பொழிந்தது. 'கணேஷ், உங்களுக்கு சௌராஸியா பிடிக்குமோ?'

'பிடிக்கும்.'

'பறவைகள்ள அவ்வளவா ஆர்வம் இல்லைபோல?'

'உண்டு! மைக்ரேஷன் பத்திக் கொஞ்சம் தெரியும்.'

'அப்படியா, என்ன தெரியும்?'

'இதுவரைக்கும் விஞ்ஞானம் அதுக்கு சரியான விடை கண்டு பிடிக்கலைன்னுதான்! அந்தப் பறவைகள் எப்படி இத்தனை ஆயிரம் மைலைக் கடந்து திரும்பி வரது? செலுத்தற சக்தி என்ன?

நேமோஸைன்ங்கறாங்க, கோரியாலிஸ் ஃபோர்ஸ்ங்கறாங்க, தாத்தா பறவை வழி காட்டுதுங்கறாங்க, பிஸியலாஜிக்கல் கிளாக், ஸன் நாவிகேஷன், ஸ்பைரல் லர்ச் தெர்மோ லொக் கேஷன், ஸோனார்...'

'அடேயப்பா! கணேஷ், நீங்க என்ன ஆச்சரியப்படுத்தறீங்க!'

'நானும் படிப்பேன்!'

'சில வேளைகளில் அந்தப் பறவையா மாறிடமாட்டோமான்னு எனக்கு தோணும். எந்தக் கவலையும் கிடையாது. நியதிகள் கிடையாது. எக்ஸ்யூஸ் மி. தாங்க் யூ ஒண்ணும் கிடையாது. பறந்தோம், இறந்தோம், அவ்வளவுதான்!'

'நீங்க என் கேள்விக்குப் பதில் சொல்றதாச் சொன்னிங்க!'

'ஓ எஸ், உக்காருங்க, டின்னருக்கு இன்னும் டயம் இருக்கு. உட் யூ ஹவ் எ ஸ்மால் விஸ்கி?'

'வேண்டாம்.'

'ஆரஞ்சு ஜூஸ்?'

'வேண்டாம்.'

'சுத்தமான பசும்பால்?'

'ஐ'ல் ஹாவ் விஸ்கி' என்றான் வஸந்த்.

'தட்ஸ் தி ஸ்பிரிட்!' என்று நேராகச் சென்று அறையின் கோடியில் இருந்த பொத்தானை அழுத்த, குட்டியாக ஒரு பார் திறந்து கொண்டது. 'சோடா?'

'வேண்டாம். ஆன் தி ராக்ஸ் ப்ளீஸ்! இப் யூ ஹவ் ஐஸ்!'

தங்க திரவத்தைத் தம்ளரில் அமைத்துக்கொண்டே வந்தான். 'கணேஷ்! உங்களுக்கும் எரிக்காவுக்கும் ஒரு ஸின்சானோ?'

'எரிக்கா?'

'எரிக்கா யாங். கோபமுள்ள பெண் எழுத்தாளி! அவகூட ஒரு புத்தகம்தான் நல்லா எழுதினாள். ஃபியர் ஆஃப் ஃபிளையிங்! யோசித்துப் பார்த்தால் எதையுமே ஒரு தடவைக்கு மேலே செய்யக் கூடாது. எதையுமே!' உட்கார்ந்தான். 'சியர்ஸ்' என்று

சொல்லிவிட்டு ஒரு தடவை ஸிப்பிவிட்டு, தொண்டையைக் கனைத்துக்கொண்டு, 'இப்ப உங்க கேள்விக்கு வரேன். கொலையை ஒரு முறை செய்யலாமா? செய்யலாம். ஆனா சமூகம்னு ஒண்ணு இருக்கு. அதுக்குன்னு கீழ்ப்படிய வேண்டிய சட்ட திட்டங்கள்ளாம் இருக்கு. அவற்றை மீறினா தண்டனை இருக்கு. சிறையின் தனிமை இருக்கு. அல்லது மரணம். இப்படி சில அசௌகரியங்கள் இருக்கிறவரைக்கும் நாம சில எதையுமேக்களைச் செய்து பார்க்க முடியாது.'

'அந்த அசௌகரியங்களை நீக்கிட்டா?'

'அப்பகூட, செய்துதான் ஆகணும்னு கட்டாயம் இல்லை. அது உனக்கு செய்யணும் போல இருந்தா விருப்பமா இருந்தா, அந்த நியாயங்கள்ளாம் நீங்கியிருந்தாச் செய்யலாம்! இப்ப ஒரு யுத்தத்திலே அதான் நிகழறது. கொன்னா மரண தண்டனை, சிறை வாசம் என்கிற சமாதான காலச் சட்டங்கள் எல்லாம் விலகிடற போது கொல்றாங்க! இல்லையா? அது கொலை இல்லை, ஹீராய்ஸம்!'

'சமாதான காலத்தில்?'

'கொல்லக்கூடாது. அது பெரிய நியூஸன்ஸ்!'

கணேஷ் நிதானமாக, 'மிஸ்டர் குமார், அது நியூஸன்ஸ் மட்டும்தானா? ஆதாரமா மாரல் வால்யூஸ் இல்லையா?'

'ஒழுக்கம்கிறது தேசத்துக்கு தேசம் வேறுபடறது.'

சற்று நேரம் யாரும் பேசவில்லை. வஸந்த் சற்றே, மிகச் சற்றே தடுமாறிய நிலையில், 'மிஸ்டர் குமார், அன்னிக்குக் காட்டினிங்களே வீடியோ! டாப்ஸ்!' என்றான்.

ஆதித்யா பதில் சொல்லவில்லை. 'அந்தக் கேஸ் என்ன ஆச்சுன்னு சொன்னிங்க?'

'ஒண்ணுமில்லை. நாங்க தேடினது காவேரியை. கூவத்தோடு போனது கங்கா! அவ்வளவுதான், விஷயம் எல்லாம் க்ளோஸ்!'

'அவ்வளவுதானா?'

'நாங்க... நாங்க என்ன நினைச்சோம்னா அந்தப் பொண்ணை நீங்க இங்க அழைச்சுட்டு வந்தீங்களா? அழைச்சிட்டு வந்து ரெண்டு

நாள் சக்கையா - ஸாரி, ரெண்டு நாள் உபயோகப்படுத்திக்கிட்டு போட்டோ கீட்டோ எடுத்து, தேத்தி அனுப்பிச்சிங்களா? அவ திரும்பி சிந்...சிந்...சே! சிந்தாதிரிப்பேட்டை போயிருக்கா. அப்ப யாரோ அவளைக் கழுத்தை நெரிச்சுக் கொலை பண்ணிட்டுக் கூவத்திலே போட்டிருக்கான்னு கற்பனை பண்ணிட்டோம். அது என்னடான்னா கேஸைத் திசை திருப்பிடுச்சு!'

'பரவாயில்லை.'

கணேஷ் திராட்சை ரசம் போல் இருந்த ஸின்சானோவை மடக்கென்று விழுங்கிவிட்டு, 'உங்ககிட்ட பறவைகள் பற்றி ஏதாவது வீடியோ இருக்குமா?'

'வீடியோ இல்லை. ஸ்லைட்ஸ் இருக்கு. நானே எடுத்த கலர் ட்ரான்ஸ்பரன்ஸிகள், பார்க்கறிங்களா?'

'வித் ப்ளெஷர்.'

'இருங்க, ஸ்லைட் ப்ரொஜெக்டர் கொண்டு வரேன்' என்று நல்ல வேளை எழுந்து அடுத்த அறைக்கு போனான். கணேஷ் துரிதமாகச் செயல்பட்டு அந்த வீடியோ காஸட்கள் வைத்திருந்த அலமாரிக்கு விரைந்தான். ஆறு காஸட்கள் இருந்தன. எதைத் தேர்ந்தெடுப்பது? நல்ல வேளை முதுகில் எழுதியிருந்தது. ஆங்கிலப் படங்கள், விம்பிள்டன் ஃபைனல், வால்ட் டிஸ்னி கார்டூன்கள், நான்காவது காஸட்டில் 'நான் சந்தித்த பெண்கள்!' என்று எழுதியிருந்தது. கணேஷ் அதைப் பைக்குள் போட்டுக் கொண்டான். திரும்ப சாதுவாய் வந்து தன்னிடத்தில் உட்கார்ந்து கொண்டான்.

'டிட் யூ கெட் இட்?' என்றாள் நிருபமா.

'எஸ்' என்றான் மெல்ல.

'கிரேட்! என்று அவன் முழங்கையை அழுத்தினாள்.

ஆதித்யா ஒரு சிறிய ஸ்லைட் ப்ரொஜக்டருடன் வந்தான். எதிரே சுவரில் காலியிடத்தில் அதன் சதுர வெளிச்சத்தை விரித்தான். காராவ்ஸலில் வட்டமாக ஸ்லைடுகள் பொருத்தப்பட்டுத் தயாராக இருந்தன. அதன் ரிமோட் கண்ட்ரோல் இணைப்பைத் தன் அருகில் வைத்துக்கொண்டு மற்றொரு விஸ்கி நிரப்பிக் கொண்டு வஸந்தை விசாரித்துவிட்டு சோபாவில் வந்து உட்கார்ந்தான். சின்னச் சின்ன க்ளிக்குகளுக்கு ஏற்ப வண்ண வண்ணப் பறவைகள் சுவரில் மாறின. 'எல்லாம் இந்தியப்

பறவைகள். இதுக்குப் பேர் முக்குளிப்பான் வாட்டர் பர்ட்! சின்னச்சிறகு, இது ஸ்மால் இக்ரெட், வெள்ளைக்கொக்கு, இது மஞ்சள் கொக்கு, மாட்டுக் கொக்குன்னு கூடச் சொல்லுவாங்க. இது என்ன கணேஷ்?'

'ஃப்ளமிங்கோ' என்றான் கணேஷ்.

பறவைகள், பறவைகள்! கணேஷின் கவனம் சற்றே விலகி வெளிச்ச விளிம்பில் தெரிந்த நிருபமாவின் மேல் விழுந்தது. வைராக்கியமான பெண். ஆதித்யாவையே பார்த்துக் கொண்டிருக்கிறாள். இவளைப் பொருத்தவரை சந்தேகமே இல்லை. 'இவன்தான் அந்தக் காரியத்தைச் செய்திருக்கிறான்!' என்கிற பிடிவாதமும் பெண்மையும் கலந்த உள்ளுணர்வு சொல்கிறது. கணேஷ் ஆதித்யாவைப் பார்த்தான். ஆர்வத்துடன் பறவைகளைப் பார்த்துக்கொண்டு விமர்சனம் செய்துகொண்டிருந்த அவன் உள்ளே என்ன ரகசியம் பொதிந்திருக்கிறது? பறவைகளை இத்தனை நேசிப்பவன் பெண்ணைக் கொல்வானா? அத்தனை படிப்பவன், புத்திக் கூர்மை உள்ளவன், அழகும் பிரகாசமும் உள்ளவன் எதற்காக ஒரு பெண்ணைக் கொல்லவேண்டும்? ஓர் அனுபவத்துக்காகவா? தெரியவில்லையே! சாப்பிடும்போது மேலும் கேட்டுப் பார்க்கலாம். அவனுடைய பிரபல 'எதையும் ஒரு முறை' பற்றி ஏதாவது அவன் மன ஆழத்திலிருந்து சிறிது வெளிச்சம் அடிக்கும்.

விளக்கைப் போட்டான்.

'வெரி இன்ட்ரஸ்டிங்' என்றான் கணேஷ்.

'பாஸ், எனக்கு போர் அடிக்குது. குருவி குருவி குருவியா! எனக்குப் புடிச்ச ஒரே பறவை கோழி. அதுவும் மசாலா சகிதம்!'

'நிருபமா! உங்களுக்கு?'

'ஸோ! ஸோ! பறவைகளைப் பார்க்கறதே ஒரு ஐடில் பர்ஸ்யூட்னு நினைக்கிறேன்.'

'கணேஷ். யூ மஸ்ட் ஹவ் என்ஜாய்ட் இட்!'

'ஓ. எஸ். வெரி மச்!'

'சாப்பிடலாமா?'

ஐந்து நட்சத்திர ஓட்டல்களில்தான் அவ்வாறு சாப்பாடு கிடைக்கும். முதலில் மஷ்ரூம் ஸூப் உட்கார்ந்தவாறே ஸர்வ் செய்யப்பட்டது. எங்கிருந்தோ வந்த வேலைக்காரர்கள் அவர்கள் ஊடே மௌனமாக நடக்க துரிதமாகப் பக்கத்து மேஜை தயாரா கிறது. அரிசி லேசாக மஞ்சளுடன் அலங்காரமாக இருந்தது. அதன் ஓரத்தில் ஜிகினா வேலைப்பாடுகள் தெரிந்தன. நிஜ வெள்ளி ஸ்பூன்கள், ஒவ்வொரு பீங்கான் முனையிலும் காத்திருக்க, ஒவ்வொன்றிலும் கோஃப்தா, ஃப்ரெஞ்சு ஃப்ரை, ஸூஃப்லே என்று விதவிதமான பெயர்களில் எல்லாம் சின்ன ஸ்பிரிட் அடுப்பு களிலிருந்து இடம் மாறின. சிக்கன் வெண்ணெயில் ஐக்கியமாகி யிருந்தது. சாப்பிடும்போதும் யாரும் பேசவில்லை.

கணேஷ்தான் ஆரம்பித்தான். 'மிஸ்டர் குமார், உங்க தியரியைப் பத்தி இன்னும் கொஞ்சம் சொல்லுங்க. எதையும் ஒரு முறைன்னா எதை எதை நீங்க டிரை பண்ணியிருக்கிங்க? இந்தப் பெண்கள் சமாச்சாரத்தை விடுங்க!'

அவன் உதட்டைத் துடைத்துக்கொண்டான். பெண்கள் நான் சொன்னாப்பல எனக்கு சின்ன டைவர்ஷன்தான், மிஸ்டர் கணேஷ். என் கையை உங்களால பார்க்க முடியறதா?' பார்க்க முடிந்தது. அங்க ஒரு சின்னத் தழும்பு இருந்தது.

'என்ன இது?'

'பாம்புக் கடி! கோப்ரா! நல்ல பாம்பைத் தொட்டுப் பார்க்கணும்னு ஒரு ஆசை இருந்தது. கொஞ்சம் அஜாக்கிரதையா இருந்துட்டேன். பாம்பு கடிச்சா ஒருத்தன் உடனே செத்துப் போயிருவான்ங்கறதெல்லாம் பொய் தெரியுமா? கடிச்சு பல்லு பட்டு விஷம் ஏறி இருந்தாக்கூட தப்பிச்சுக்கலாம். அரை மணி ஒரு மணியாவது ஆகும்! அன்னிக்குப் பேப்பர்ல பாத்தேன். யாரோ தூங்கிக்கிட்டு இருந்தாங்களாம். ஒரு பாம்பு வந்து குடும்பத்தையே கடிச்சிருச்சாம், கட்டில் மேல ஏறி! எல்லாம் புருடா! ஹாரி மில்லரைக் கேளுங்க, சொல்வாரு. அப்படியெல் லாம் பாம்பு செய்யறதே இல்லை. அதை நாம ப்ரவோக் பண்ணினா ஸெல்ஃப் டிபென்ஸூக்காகத்தான் கடிக்கும். பெரும்பாலான பாம்புக்கு விஷமே கிடையாது தெரியுமா?' தொடர்ந்து, 'இந்தக் கேஸ் என்ன ஆச்சு? புடிச்சேனா என்னவோ கிலியில் அது லபக்குன்னு கொத்திருச்சு. ஃபார்ம்ல சொன்னாங்க, இப்ப தான் விஷம் எடுத்திருக்காங்க பயப்படாதீங்கன்னாங்க.

நான் பயப்படலை. இருந்தாலும் சும்மா ப்ளீட் பண்ணிக்கலாமேன்னுட்டு ஒரு கத்தியாலே வெட்டு வெட்டிக்கிட்டேன். கொஞ்சம் ரத்தம் சிந்தினேன்!'

'எதுக்கு?'

'அதையும்தான் பார்த்துரலாமேன்னுட்டு!'

கணேஷ் மௌனமாக அவன் தொடரக் காத்திருந்தான். 'கணேஷ்! நான் பார்த்ததெல்லாம் சொன்னா பட்டியல்ல அடங்காது! கொடூரம், மென்மை எல்லாம் பாத்திருக்கேன். கிளைடர் ஃப்ளையிங் பண்ணியிருக்கேன். அதைப் போல ஓர் அனுபவம் பெண்கள்கிட்ட கூட ஸாரி உலகத்திலேயே கிடையாது! இன்ஜின் கிடையாது. காத்து மட்டும் விஷ்ன்னு கேக்கும். நம்முடைய உயரம்தான் ஆகாயத்தின் உயரமும் காற்றின் மேலோட்டமான கரண்ட்ஸும். சிம்லாவுக்குப் போயிருக்கேன். பனிச்சறுக்கு எனக்குப் பிடிக்கலை. பனாரஸ்ல நின்னுண்டே ராப்பூரா பக்திப் பாடல்கள் பாடறவங்ககிட்ட பாங் அடிச்சுட்டுத் தத்துவம் பேசியிருக்கேன். பாங்காக் ப்ராத்தல்ல ரெண்டு ஆண், ரெண்டு பெண், என்னை ... வேண்டாம்! இலக்கியப் பத்திரிகை நடத்தியிருக்கேன். பியானோ கத்துண்டிருக்கேன். ஜிஞ்சர் பரிஸ்ல இருந்து ஆஸாம்லே மவ்வான்னு ஒரு நாக் அவுட் டிரிங்க் இருக்கு. எல்லாத்தையும் பாத்திருக்கேன்.'

'டிரக்ஸ்?'

'ஓ.எஸ். இப்பகூட இருக்கு. புதுசா ஒண்ணு சொன்னாங்க. இன்னும் டிரை பண்ணலை. எடுத்துக்கறீங்களா?'

'இதெல்லாத்தையும் செய்து என்ன அச்சீவ் பண்ணினீங்க?'

'எதையும் சாதிக்கிறது என் விருப்பம் இல்லை. ஐம் அப்ஸெஸ்ட் வித் டெத்! மரணம் நம்மை எந்த முனையில வேணா சந்திக்கும். அதுக்குள்ள எல்லாத்தையும் பார்த்துரணும். அதுக்கு வசதி இருக்கு. செய்யறேன்!'

'இன்டரஸ்டிங்!'

'என்னை நீங்க தப்பா நினைச்சுக்கலாம். எனக்கென்னவோ எல்லாமே, எல்லாமே, ஒரு காஸ்மிக் கோணத்தில இருந்து பார்த்தா நம்ம வாழ்க்கைங்கறது ரொம்பச் சின்ன விஷயம். இதுல

போயி கொள்கை அது இதுன்னு பேசிட்டு அர்த்தமில்லை. அதுக்கெல்லாம் டயம் இல்லை! நான் பார்க்கவேண்டியது நிறைய இருக்கு. அமெரிக்கா போயிட்டு வந்ததும் மினிக்காய் தீவுகளுக்குப் போக ஒரு ஆசை இருக்கு!'

'என்ன அங்க?'

'அது அங்க இருக்கிறதினாலே!'

'இன்டரஸ்டிங்!'

'இந்த இளம் பெண்கிட்ட நான் கேட்டுக்க விரும்பறது ஒண்ணே ஒண்ணுதான்.'

'என்ன?'

'என்மேல் சந்தேகப்படறீங்களா?'

மௌனம். மூவரும் சொல்லலாமா வேண்டாமா என்று தயங்குவதுபோல மௌனம். ஆதித்யா தொடர்ந்தான். 'கணேஷ்! நீங்க ரொம்ப பிஸி லாயர். உங்க திறமையுள்ள அஸிஸ்டண்ட் வஸந்த், அப்புறம் லா ஸ்டூடண்ட் நிருபமா மூணு பேரும் பறவைகளைப் பத்திப் பேசறதுக்கு இவ்வளவு தூரம் காரைப் போட்டுக்கொண்டு வரீங்கன்னா, என்னால நம்ப முடியலை சொல்லுங்க, நான் அந்தப் பொண்ணைக் கொன்னதா சந்தேகப்படறீங்களா?'

'ஆமாம்' என்றாள் நிருபமா.

கணேஷ் நேராகப் பதில் சொல்லாமல், 'நீங்க செஞ்சிங்களா?' என்றான்.

'எப்படி?'

'மிஸ்டர் ஆதித்யா, இப்படி ஒரு தியரி வெச்சுக்கலாமா? நீங்க அன்னிக்கு அந்தப் பெண்ணைக் கூட்டிக்கிட்டு வந்தீங்க. வந்து உபயோகப்படுத்தினீங்க. அதுக்கப்புறம் அவளைத் திரும்பக் கொண்டுவிட்டுருக்கீங்க. அப்ப அவளைக் கழுத்தை நெரிச்சுக் கொன்னு ஆத்திலே தள்ளிவிட்டுட்டீங்க. இப்படி நடந்திருக்கலாம் இல்லையா?'

அவன் நிதானமாகச் சிரிக்க ஆரம்பித்து மூவரும் மௌனமாகப் பார்த்துக்கொண்டிருக்க, விஸ்தாரமாக ரசித்து விவரித்துச் சிரித்தான், கண்களில் தண்ணீர் வரும்வரை. 'கணேஷ்! உங்களை

நான் கொஞ்சம் ஓவர்எஸ்டிமேட் பண்ணிட்டேன். எதுக்கு? எதுக்கு நான் கொல்லணும்?'

'இதையும் ஒரு முறை செய்து பார்த்துரலாமேன்னுட்டு உங்க ஆதாரமான சித்தாந்தத்தின்படி' என்றாள் நிருபமா.

அவன் சிரிப்பு சட்டென்று நின்றுவிட்டது. 'அச்சா! அப்படிப் போறதா கதை! இந்த மாதிரி வியாக்கியானமா?' அவன் இப்போது மற்றொரு விஸ்கி ஊற்றிக்கொண்டான். கரங்கள் நடுங்குமா என்று கணேஷ் எதிர்பார்த்தான். இல்லை. அதைச் சற்றே அவசரமாக உள்ளே செலுத்தியதுடன், 'சரி, எப்படி? எப்படி? நான் வந்து அந்தப் பெண்ணை இங்க அழைச்சிட்டு வரேன். ரெண்டு நாள் வெச்சுக்கிட்டு திருப்பிக்கொண்டு விட்டேனா?'

'ஆமாம்.'

'அப்புறம்?'

'கார்ல போய்க்கிட்டே இருக்கிறபோது உங்களுக்குத் திடீர்னு ஓர் அர்ஜ், ஒரு வேட்கை வரது. நம்ம வாழ்க்கையில எதை எதையோ பார்த்துட்டோம். பாம்புக்கடிகூடப் பார்த்துட்டோம். இதையும் பார்த்துட்டா என்ன? வேற சந்தர்ப்பம் கிடைக்குமா? இந்தப் பொண்ணு என்கிட்ட வந்தது யாருக்கும் தெரியாது. இவளை இந்தக் கணத்திலே கழுத்தை நெரிச்சா அந்த ஃபீலிங் எப்படி இருக்கும்? இதுவும் முதல் தடவை அல்லவா? இதையும் நாம முயற்சி பண்ணிப் பார்க்கவேண்டாமா?'

'ஓ எஸ்! ஐஃபாலோ! அவளைக் கழுத்தை நெரிச்சுப் போட்டுட்டு, பக்கத்தில நதி இருக்கு, அதில தள்ளிவிட்டுக் கையைத் தட்டிட்டு வந்துட்டேன். அப்படித்தானே சொல்றீங்க?'

'அப்படித்தான் நடந்திருக்கு' என்றாள் நிருபமா அழுத்தமாக.

'அடேயப்பா! இவ்வளவு சுலபம்னு தெரிஞ்சா முயற்சி பண்ணியிருக்கலாம் போல இருக்கே! மிஸ்டர் கணேஷ்! நீங்க லா படிச்சவர். நிறையக் குற்றங்களை பார்த்திருக்கிறவர். நீங்க சொல்லுங்க. ஏதும் மோட்டிவ் இன்டென்ஷன் இல்லாம ஒரு கொலையைப் பாத்திருக்கிங்களா?'

'பாத்ததில்லை. உங்க கேஸ்ல மோட்டிவ்ங்கறது உங்க அனுபவத் தேடலா இருக்கலாமே!'

128

'நான் ஒரு சைகோபாத் என்கிறீங்களா, மிஸ்டர் கணேஷ்? கொலைங்கறது சமூக விரோதமான செயல். அதனால வரும் விளைவுகளையும் தண்டனைகளையும் அறிந்த எவனும் அதை இந்த மாதிரிச் சின்னக் காரணங்களுக்கு முயற்சிக்க மாட்டான். ஆல்ரைட், கொலைங்கறது ஓர் உணர்ச்சி பூர்வமான குற்றம்னு சொல்வாங்க. தன் மனைவியை மாற்றான் மடியில் பார்த்தவன் அல்லது சொத்து நிலத் தகராறில் ஒரு உக்கிரமான கணத்திலே மதி இழந்தவன் செய்யறது கொலை! எனக்கு அந்தப் பெண்ணோடு எந்தவிதமான உணர்ச்சி பூர்வமான உறவும் கிடையாது. வாடகைக்கு வந்தா, போனா, அவ்வளவுதான்! டாக்ஸி மாதிரி. பேர் கூட நீங்க சொல்லித்தான் தெரியும், என்ன பேரு, சரஸ்வதியா?'

'காவேரி!'

'காவேரி! அது சரி. அவளை ஒரு கணநேர புதிய அனுபவம் தேடி என்னுடைய மிச்சமிருக்கிற வாழ்க்கை முழுவதையும் பணயம் வைத்துக் கொலை செய்தேன்னு சொல்றீங்களா?'

'அந்த மாதிரி ரிஸ்க் எடுக்கறதும் ஒரு புது அனுபவம் இல்லையா?'

'ரிஸ்க் இல்லை இது சத்தியமா! கொலை செய்தா மாட்டிக்க மாட்டேனா?'

'நாட் ஆல்வேஸ்! கொலை செய்து தப்பிச்சுக்கிட்டவங்க நிறைய பேர் இருக்காங்க. சாட்சிகளை, சட்டத்தைக்கூட விலைக்கு வாங்கிடலாம். உங்ககிட்ட பணம் நிறைய இருக்கு.'

'இத பாருங்க, நான் அப்படிச் செய்யலை. உங்க கற்பனை காத்தில பறக்கிறது. அவ்வளவுதான்.' இன்னும் ஒரு விழுங்கல் வாங்கிக் கொண்டான்.

'எங்ககிட்ட உங்கமேலே அந்தக் குற்றத்தை நிரூபிக்கிற மாதிரி சாட்சி இருந்தா?' என்றாள் நிருபமா.

'என்ன சாட்சி சொல்லுங்க?'

'இருந்தா?'

'இருக்க முடியாது. ஏன்னா அதை நான் செய்யலை.'

'நீங்கதான் செய்தீங்கங்கறேன்!'

'அபத்தம்!'

கணேஷ் குறுக்கிட்டான். நிருபமா அந்தக் காஸட்டைப் பற்றிச் சொல்லிவிடுவாளோ என்று பயந்தான்.

'ஆல்ரைட், சொல்லுங்க. அந்தப் பெண் என்கூட வந்ததை யாரும் பார்த்திருப்பாங்களோ? நான் சொல்றேன், இல்லை. ஏன்னா நான் தனியா அன்னி ராத்திரி கார்ல சுத்திக்கிட்டு இருந்தேன். அவ தெருவில் ராத்திரி பன்னெண்டு மணிக்கு அலங்காரம் செய்துண்டு நின்னுக்கிட்டிருந்தா. பார்த்தாலே கேஸ்னு தெரிஞ்சுது! திடீர்னு தான் தீர்மானிச்சேன். இதையும் பார்க்க வேண்டாமா? நாம இதுவரைக்கும் பார்த்ததெல்லாம் அல்ட்ரா! ஒரு ஸ்ட்ரீட் கர்ளையும் பார்த்தா என்ன? நிறுத்தினேன். வரியான்னேன். உடனே பதில் சொல்லாம ஏறிக்கிட்டா. கார்ல வீட்டுக்கு அழைச்சிட்டு வந்தேன். சோப் போட்டுக் குளிக்கச் சொன்னேன். பளிச்சுனு வந்தாள். எதுக்கு டீடெய்ல் எல்லாம்? என்னவோ பேசினாள். இங்க இருக்கிற செல்வத்தை எல்லாம் சின்னக் குழந்தை மாதிரி தொட்டுத் தொட்டுப் பார்த்தாள், 'அய்யா, என்னை இங்க வேலைக்காரியா ஏத்துக்கிட்டு மாசச் சம்பளம் தந்துர்றீங்களா? உங்களைப் போல படிச்சவங்க, நல்லவங்களைச் சந்திக்கிறது அபூர்வம். நான் என் தொழிலை விட்டுர்றேன்'னு என்ன என்னமோ சொன்னாள். அவளைப் படம் எடுத்தேன். சொல்றபடி கேட்டாள். பணம் கொடுத்தேன். பேசாம உன் உலகத்தைப் பார்க்கப் போய்ச் சேருன்னு சொல்லி கார்ல திருப்பி அழைச்சிட்டு போனேன். விட்டேன். அவ்வளவுதான். என்னையும் அவளையும் எப்படி நீங்க முடிச்சுப் போட முடியும். என்னைப் பாத்தவங்க யாரும் இல்லை!'

அவன் இப்போது தயங்கினான். சற்றே குடித்திருந்தாலும் அவன் சிந்தனை தெளிவாகத்தான் இருந்தது. 'அந்த வீடியோ காஸட்! ஆ! அதுல நாங்க ரெண்டு பேரும் இருக்கலாம் இல்லை! அதை வெச்சுட்டு யாராவது எங்க ரெண்டு பேரையும் கனெக்ட் பண்ண லாம் இல்லையா?'

ஆதித்ய குமார் எழுந்து அந்தக் காஸெட்டுகள் இருந்த அலமாரியை நோக்கிச் சென்றான். கணேஷ் படபடத்தான். போச்சு! காஸட் இல்லை என்று கண்டுபிடித்து விடுவான்! அதை நான் எடுத்திருக் கிறேன் என்று சந்தேகப்பட்டு...

'அப்ப நான் வரட்டுமா?'

‘இருங்க அந்த காஸெட்டை முதல்ல கவனிக்கலாம், நானும் இருக்கேனான்னு.’

அலமாரியின் அருகில் சென்றான் வஸந்த். ‘வாங்க பாஸ் ஓடிடலாம்’ என்பது போல் சைகை செய்தான்.

கணேஷ் சற்றே தயங்க, அவன் அலமாரி வரை சென்று நின்று திரும்பினான். ‘ஓ எஸ், அந்த காஸெட்டைத்தான் அழிச்சுட்டேனே! இன்னிக்கு ஒரு வால்ட் டிஸ்னி படம் வந்தது. அழிச்சு வேற ரெகார்ட் பண்ணியிருக்கேன். ஸோ... கணேஷ், என்னையும் அவளையும் இணைக்கிற ஒரே ஒரு வீடியோ பிம்பம் கூட இல்லை. நான் அவளைக் கொன்னிருந்தாக்கூட எப்படி ஒரு கோர்ட் ஆஃப் லாவில அதை நிரூபிப்பீங்க, சொல்லுங்க, பார்க்கலாம்!’

கணேஷ் அதிர்ந்து போயிருந்தான். பெருமூச்சுடன், ‘கஷ்டம்தான்’ என்றான். அவன் முகத்தில் ஏமாற்றம் தெளிவாகத் தெரிந்தது.

‘கஷ்டம் இல்லை. இம்பாஸிபிள்! எனிவே நீங்க சொன்ன கதை நல்லாவே இருந்தது. உண்மை என்னவோ, நான் அவளைக் கொல்லவில்லைங்கறதே. போய்ட்டு வரீங்களா? உங்களை ஏமாற்றினதுக்கு வருத்தப்படறேன். தாங்க்ஸ் ஃபார் தி கம்பெனி. குட் நைட், நிருபமா! குட் நைட் வஸந்த்! குட் நைட் கணேஷ்!

வெளியே வந்து காரில் உட்கார்ந்து காரைக் கிளப்பி மந்த கதியில் செல்லும்வரை யாரும் பேசவில்லை.

‘காஸட்டைச் சாமர்த்தியமா எடுத்துக்கிட்டு வந்தது வேஸ்ட்!’ என்றான் கணேஷ்.

‘பாஸ், எதுக்கும் ஒரு முறை போட்டுப் பார்த்துரலாம். ரீல் விடறானோ என்னவோ?’

‘பிரயோசனம் இருக்காது. நிச்சயம் அழிச்சிருப்பான்!’

‘இப்ப என்ன சொல்றீங்க பாஸ்? இவனா, இவன் இல்லையா?’

‘சொல்ல முடியலை வஸந்த். ஆரம்பிச்ச இடத்துக்கே வந்துட்டோம்.’

‘இவன்தான் கணேஷ். இவன்தான் நாம சந்தேகப்படறோம்னு தெரிஞ்ச உடனே காஸட்டை அழிச்சுட்டான். பாத்தீங்களா? எல்லாம் பொருந்துது. இவன்தான், இவன்தான்.’

'அதே சமயம் இவன் சொன்னது உண்மையாகவும் இருக்கலாம்.'

'கணேஷ், ஒரே ஒரு கடைசி தடவையா மறுபடி அந்த சிந்தாதிரிப் பேட்டைக்குப் போய்...'

'போயி?'

'அந்த ராஜாத்தியைப் பார்த்து காவேரி திரும்பி வந்தாளா, இல்லை காவேரியை ... ஓ, எஸ். காவேரி அறையில் அந்தப் புஸ்தகம் இருக் கில்லையா? அதை முதல்ல எடுத்துட்டு போலீஸுக்குப் போய் இந்தப் பொண்ணு மிஸ்ஸிங்னு ரிப்போர்ட் கொடுக்கலாம்...'

'கொடுத்து?'

'யாராவது அவள் இவன்கூட வந்ததை அல்லது கார்ல அழைச் சுட்டுப் போனதைப் பார்த்திருக்கணும். எங்காவது ஒரு சாட்சியம் நமக்கு அகப்படாதா? அல்லது அந்த அறையையே துழாவிப் பார்த்தா காவேரி அவன் வீட்டில் இருந்து ஏதாவது எடுத்துக் கிட்டு வந்திருக்க மாட்டாளா? அல்லது இவன் ஏதாவது பரிசு மாதிரி அவளுக்குக் கொடுத்திருக்கமாட்டானா? இதை விடக் கூடாது கணேஷ்!'

'இப்ப என்ன சொல்றே?'

'மறுபடி ஒரே ஒரு முறை ப்ளீஸ்! அதுக்கப்புறம் இதைப் பத்திப் பேச்சே எடுக்கலை!'

'ஓக்கே! ஓக்கே! மறுபடி பொன்னகரம்!'

அவர்கள் வந்து சேர்ந்தபோது மணி இரவு பன்னி ரண்டு இருக்கும். 'வஸந்த், சந்து ஞாபகம் இருக்கா?'

'இருக்கு பாஸ். ஓட்டுங்க!'

'சைக்கிள் ரிக்ஷா நின்றுகொண்டிருந்தது. ஒரு பெண் யாருடனோ பேசிக்கொண்டிருந்தாள். குழல் விளக்கு வோல்டேஜ் குறைவினால் அல்லது ஸ்டார்ட்டர் கோளாறினால் மறுபடி மறுபடி துடித்துக்கொண்டிருந்தது.

'அத பாருங்க பாஸ், பழைய ராஜாத்தி!'

'வஸந்த்! அவளைப் போய் அழைச்சுக்கிட்டு வா!'

'கண்றாவி! இந்த மாதிரி வேலைகளுக்கே என்னை வெச்சிருங்கீங்க' என்று முணுமுணுத்துக்கொண்டு வஸந்த் அவளை நெருங்கினான்.

'நிரு, கார்லேயே இரு! இரு வஸந்த், நானும் வரேன்!'

இருவரும் அருகே, அவள் அருகே சென்றார்கள்.

‘ராஜாத்தி, ராஜாத்தி!’ என்று கூப்பிட்டான் வஸந்த். அந்தப் பெண் நிமிர்ந்து ‘செத்த இருய்யா’ என்று சொல்லிவிட்டு அவர்களை நோக்கி வந்தாள். ‘அய்யா, அன்பாக் கூப்பிடறீங்களே, வராம போவனா?’ என்றாள்.

அருகே வந்தவளுக்கு வயதே இல்லைபோல் இருந்தது. ராஜாத்தி இல்லை.

‘இங்க ராஜாத்தின்னு ஒரு பொண்ணு?’

‘நாந்தான் ராஜாத்தி.’

‘இல்லைம்மா, கொஞ்ச நாள் முன்னாடி ராஜாத்தின்னு ஒரு பொண்ணு?’

‘அது நாந்தாங்க!’

‘சேச்சே நீ இல்லைம்மா.’

‘உங்களுக்கு என்ன பேர் வேணுமோ, அந்தப் பெயர் வைச்சுக் கய்யா. என்னா பேரா இருந்தா என்னய்யா? வரவா, வேண்டாமா சொல்லு?’

‘ராஜாத்தி எங்க?’

‘யோவ்! ராஜாத்தியாமில்ல. அது யாரு?’

சைக்கிள் ரிக்ஷாக்காரன், ‘பிரதர்! உனக்கு ராஜாத்திதானே வாணம்? வா, நான் கூட்டிப் போறேன்.’

வஸந்த் நம்பிக்கையில்லாமல், ‘காவேரின்னு ஒரு பொண்ணு கூட அவ சினேகிதி....’

‘ஓ, அதைச் சொல்றியா! வா, போகலாம் அடுத்த சந்து!’

இன்னும் இருட்டாக இருந்த சந்தில் நுழைந்தார்கள். முன்பு வந்த இடம் போல் இருந்தது. இல்லை போலவும் இருந்தது. சைக்கிள் ரிக்ஷாவின் டிக்டிக்குடன் அவர்களுடன் தொடர்ந்து வந்தான். ‘கார்ல அழைச்சிட்டுப் போறியா?’

‘ஆமாய்யா.’

‘ரெண்டு பேருமே வேணமா?’

'ம், ஆமா!'

'செத்த இரு' என்று சாக்குத் திரையைத் திறந்துகொண்டு ஒரு இருட்டுக்குள் நுழைந்தான். சற்று நேரத்தில் வளையல் ஓசை கேட்க, மெலிதாக சிரிப்பு கேட்க நான்கு பெண்கள் வெளிப்பட்டார்கள். 'பார்த்துக்கய்யா, புடிக்கிறதை!'

'இதுல காவேரி யாருய்யா?'

'நாந்தான் காவேரி!'

'நாந்தான் காவேரி!'

'எம் பேரு காவேரிதான்!'

'பேர் என்னய்யா பேர்! இங்க எல்லாருமே எல்லா பேரும்தான்! ஆளைப் பார்த்து அழைச்சிட்டுப் போவியா? பேர் என்ன தட்டுக்கெடறது? எந்தப் பேர் வேணா வெச்சுக்க. மாலைப் பாரு, பேரை அப்புறம் வெச்சக்க!'

'வஸந்த், இட்ஸ் நோ யூஸ்... வா!' என்றான் கணேஷ்.

சைக்கிள் ரிக்ஷாக்காரன் தெரிந்தெடுத்த வார்த்தைகளில் திட்டுவது முதுகில் பட அவர்கள் காரை நோக்கி நடந்தார்கள்.

'என்ன ஆச்சு?' என்றாள் நிருபமா.

'காவேரி, ராஜாத்தி, எல்லாருமே கரைஞ்சு போயிட்டாங்க.'

'நிருபமா! அவங்களுக்குப் பேர் கிடையாது!'

திரும்பிப் போகும்போது நிருபமாவின் ஹாஸ்டலுக்கு போகிற வழியில் கூவம் பாலத்தைக் கடக்கவேண்டியிருந்தது.

'இங்கதான் ஆரம்பிச்சது!' என்றான் வஸந்த்.

'வஸந்த், கொஞ்சம் நிறுத்துங்க.'

நிறுத்தினான்.

நிருபமா வெளியே இறங்கிப் பாலத்தின் அருகே சென்று நின்றாள். கணேஷ் சற்றுப் பயந்து அவசரமாக அவளருகில் போய் நின்றான். நிருபமா மெல்ல, தனக்குள் போலச் சொல்லிக் கொண்டாள்.

'இறந்துபோன என்னுடைய பிரிய சகோதரி, உன் பெயர் என்ன? உன்னுடைய ஆத்மாவைத் தேவன் தன்னுடன் சேர்த்துக் கொள்ளட்டும்.'

'கமான் நிருபமா.'

நிருபமா காரில் அழுதாள். 'வி கான்ட் வின் கணேஷ்! வி கான்ட் வின்! எங்களால ஜெயிக்கவே முடியாது!'

'ஒரு நிழலோடு சண்டை போட்டா ஜெயிக்கத்தான் முடியாது.'

'அவன்தான் கணேஷ்! அவன்தான்!'

'நிருபமா, நீ பிடிவாதமா ஒண்ணையே யோசிச்சு நினைச்சுக்கிட்டு இருக்கே. உன்னுடைய பெண் விடுதலைக் கண்ணோட்டத்தில் மற்றொரு கோணமும் இருக்கு. ஆதித்யா சொன்ன அத்தனையும் நிஜமாகவும் இருக்கலாம் இல்லையா?'

'பின்னே இவ எப்படிச் செத்தா?'

'ஒரு முயற்சி பண்ணிப் பார்த்துட்டோம். போதும். நாம யாரைத் தேடினோம்? ஒரு பெண்ணை இல்லை, அது ஒரு ஃபாண்டம், புகை!'

'அவன்தான்... அவன்தான்.'

'ஐம் நாட் ஷ்யூர்.'

கணேஷ் தொடர்ந்தான். 'ஆல்ரைட், நீ சொன்ன மாதிரி அந்த ஆதித்ய குமாரே இந்தக் குற்றத்தைச் செஞ்சதா வெச்சுக்குவோம். எதுக்காகச் செஞ்சான்? எதையும் ஒரு முறை முயற்சி பண்ணிப் பார்க்கணும்ங்கிற இச்சையில செஞ்சான்னு வெச்சுப்போம். அப்படி இச்சைப்பட்டுக் கொலை வரைக்கும் செய்து பார்க்கிறவன் மனோ வியாதி படைத்தவனா, மென்ட்டலி அன்ஸ்டேபிளாத்தான் இருப்பான்! அதனால எதையும் ஒரு முறை முயற்சி பண்ணிப் பார்க்கிறவன், அதையும் ஒரு நாள் முயற்சி பண்ணிப் பார்த்துருவான். கவலைப்படாதே'

'எதை?'

கணேஷ் நிதானமாக, 'தற்கொலையை' என்றான்.